My FUNNY

Valentine

AB MENESES

Dedicated to my ever supportive
and loving wife,

Maridel

and

our two treasures,

David

and

Gwyneth

Thank you for supporting all my elusive
dreams and schemes.

Published by
ABMENESES
(addmediacreatives@gmail.com)
9 Benefit St. GSIS Village, Brgy. Sangandaan, Quezon City, 1116

Copyright © 2022 ADDMedia Creative Printshop® •
All rights reserved

ISBN - EPub **978-621-8418-18-9**
Softbound/Paperback **978-621-8418-17-2**
Hardbound **978-621-8418-16-5**
PDF *(downloadable)* **978-621-8418-19-6**

Introduction

Meet Vince and Vina. Dalawang nilikha na magkaibang-magkaiba ang mundo. Si Vince, isang design artist, samantalang si Vina naman ay isang Guest Relations Officer -- GRO in short. Alam naman natin dito sa Pinas ang connotation pag sinabing GRO ka. Parang nahihilera na rin ito sa hostess, call girl or pick-up girl or whatever. Bottom line, same-same lang katulad ni Julia Roberts sa pelikulang Pretty Woman.. Gets mo na? And there goes the analogy between our two main characters. Isang good boy at isang mapaglarong babae. Two worlds apart, ika nga... pero dahil sa mapaglarong tadhana, nagkatagpo, nagkakilala -- at naging malapit sa isa't isa.

WAIIITT!!! Let's be honest -- iba ang kultura ng mga Pilipino. Unfair as it may be, 'yung nangyari sa pelikulang Pretty Woman -- malabong magkatotoo dito sa atin, diba?

Tulad na lang ng sit'wasyon nina Vince at Vina. Like in Pretty Woman, two worlds apart sila, but in a twist of fate, nagkaroon nang special relationship albeit unconventional. Hindi sila lovers pero hindi naman sila friends lang. Mahal nila ang isa't-isa -- pero ang nakakapagtaka, hanggang doon lang... hindi nagle-level up ang relasyon nila.

Nakakaintriga, 'no... parang ang labo? Well, tulad ng nasabi ko... unconventional 'yung relationship nila -- kumplikado, ika nga. So, palagay ninyo... forever hanggang friends-zone na lang ba sila o p'wedeng lumagpas pa doon? What's holding them back? And if ever, willing ba sila to take their relationship to the next level or are they better off as friends na lang talaga? You be the judge! Follow ninyo ang nakakakilig... nakakatawa... at kahanga-hangang relasyon nina Vince at Vina.

Can love really conquer it all?

ABMeneses

1
TL Ako Sa 'Yo

**"Today is the first day
of the rest of my life"**

Laking gulat ni Vince nang biglang humilig sa kanya ang babaing kalapit sa jeep.

"Haaiiss! Ano ba 'to?" galit na nasambit niya. Sa harapan sila nakaupo at tulog na tulog ang babae.

Gusto sana niyang iiwas ang balikat. Pero nag-aalala siya na baka bumagok ang ulo ng babae. Panay ang tulak niya sa ulo nito, pero panay ang balik nito sa kanya.

"Haaay, naku... pabayaan mo na 'yan, iho," hirit ng driver, "puyat lang 'yan. Madalas kong naisasakay 'yan at laging nakakatulog sa daan. Hayaan mo na... kawawa naman. Hindi ka naman naiistorbo, diba?"

"Ho? Ah, e... hindi naman," sagot ni Vince.

"Saan ka ba bababa?" tanong ng driver.

"Uh, diretso po ako sa Project 7... sa dulo ng Bansalangin Street."

"Ganon naman pala. Sige na, pagtiisan mo na 'yan. Sa may Tanguile 'yan bababa, makalampas lang ng simbahan. Mauuna pa sa iyo. Gigisingin na lang natin kapag malapit na doon."

Naiilang si Vince sa sit'wasyon. Kung saan-saan niya nahahawakan ang babae dahil sa pag-alalay dito. Kung minsan ay halos nakayapos na ito sa kanya.

Sumagot si Vince, "Haaaiis! E, baka mamaya n'yan akalain nito tina-tsansingan ko siya, e siya yung dikit ng dikit sa akin!"

"Ha! Ha! Ha! Naku, h'wag kang mag-alala... kung saka-sakali, ako na ang magpapaliwanag sa kanya," sagot ng driver. "Alalayan mo lang at baka maumpog 'yan. Pagtiisan mo na... tutal... maganda naman s'ya."

"Ngek! At ginawa pa akong baby sitter!" hinaing ni Vince.

Pasimpleng sinulyapan ni Vince ang babae sa rear view mirror ng jeep.

"Mmmm... tama naman si Manong... maganda nga itong chick... makinis at mamula-mula ang kutis!

Artistahin ang dating! Tsk! Tsk! Tsk! Ano kayang trabaho nito at tutulog-tulog sa daan?"

Pasimpleng inuri nito ang suot na damit.

"Naka mini-skirt at fitting na damit? Ha! Ha! Ha! GRO o hostess? Pero, disenteng tingnan -- hindi bastusin. Pati ang make-up -- okay lang... tama lang. Uhmmm... siguro, call center agent?"

Tiningnan niya muli ang mukha nito at pinigurahan.

"Mmmmm... parang may kahawig? Isip, isip,sip! Mmmmm... sino bang kahawig nito? Wait... parang ang dating n'ya... Koreana. Aigooo! Lumalabas na naman ang pagkahilig ko sa Koreanovela! Pero, wait, wait... seryoso, talagang kahawig s'ya nung paborito kong artistang Koreana. Sino ba yun? Si Suzy Bae ba, Park Shin Hye... o si Son Ye Jin? O, baka naman si Song Hye Kyu? Si Moon Chae Woon... Han Ga In... o yung bidang babae sa Love in the Moonlight... si Kim Yoo Jung? Aigooo! Sino nga ba... sino nga ba?"

Matagal-tagal din itong nag-isip. Pinagkukumpara ang mukha ng babae sa mga nabanggit.

"Heheheh! Para akong judge ng beauty contest. Namimili kung sino ang panalo. Ummmm... -- ahah! Okay, nakuha ko na! Nakuha ko na kung sino ang kamukha nitong babae. Pumikit pa ito at nag-imagine na emcee siya sa isang beauty contest.

"The envelope, please!"

"And the winner is..."

"TAN-TARA-DAN-TANTAN!!!"

"... Son- Ye-Jin!!!"

"*Ha! Ha! Ha!*" hindi na rin napigilan ni Vince na matawa sa sarili niyang kalokohan. Tiningnan muli nito ang katabi, "*(Giggle!) Pwede, pwede!*"

Hindi niya alam ay napapansin siya ng driver, "*Haay, naku! Ano bang kamalasan meron 'tong gabing ito? Tutulog-tulog na nga 'tong babae... tapos, mukhang kulang pa sa turnilyo itong lalake! Aba'y kanina pa salita ng salita -- wala namang kausap. Tapos, ngayon e, tawa ng tawa ng wala namang dahilan!*"

* * * * * * * * * *

Mahaba-haba na ang nilalakbay ng jeep nang maalimpungatan ang babae.

"Ngorrkk...! Uhm... ahh... ahh... sori, sori po!" wika nito nang mapansing nakahilig siya kay Vince, at inilayo ang ulo nito.

"P-Pasens'ya na po. Hi! Hi! Hi! Nakatulog lang po ako!"

"O-Okay lang!" sagot ni Vince sabay naisip, "*Haaay! Buti naman at nagising! Nangangalay na rin ang balikat ko. Wheew! Thank you, Lord!*"

Pero maya-maya lang ay muli na namang nakatulog ang babae at humilig na naman sa kanya.

"Haiiissss! Ano ba yan?!!!" inis na nasambit ni Vince.

"Ha! Ha! Ha!" hindi napigilan ng driver ang matawa.

* * * * * * * * * *

Parating na ang jeep sa Project 7 nang muling magising ang babae.

"Haallpps! Uhuh... Sori, sori ulit! P-Pasens'ya na po... nakatulog na naman ako!"

"Tamang-tama, Ineng at nagising ka na... malapit na tayo sa bababaan mo!" wika ng driver.

"Ganon po ba? S-Salamat, Manong!" sagot ng babae sabay pinunasan ang tumulong laway sa bibig niya.

Naramdaman nitong nakatingin sa kanya si Vince.

"N-Naku... sori po, sori po," dispensa nito, "m-mukhang natuluan ko pa kayo... ng laway... *(yaikks!!!)*"

"Haaaissss!" halos mangalisag ang balahibo ni Vince. Kaya pala nanlalamig ang pakiramdam niya sa may balikat niya.

"S-So-Sori, Sir," muling pagdidispensa ng babae, "hindi ko po talaga sinasadya!"

Sinubukan nitong punasan ng mga kamay ang laway pero inawat siya ni Vince.

"Yikes... h'wag na, h'wag na!" diring-diring pigil niya. "Okay na... pabayaan mo na ako! (Ahiiii!)"

Magpupumilit pa sana ang babae nang sumigaw ang driver.

"O, Tanguile na, Tanguile na! Bababa ka na dito, Ineng!"

"Ayyy, Oo nga! Para, Manong... para!"

Bago ito bumaba ay muli na naman itong nagdispensa kay Vince.

"Sir, Sori talaga! Babawi na lang ako sa inyo sa susunod!" pahabol nito bago umarangkada ang jeep.

"Sheesh!" iring-iri nasabi ni Vince. "Kadiriiii! At hindi pa raw niya sinasadya? E, paano pa... kung sinadya niya?!!! Ahiiii, at balak pang magkasabay kami ulit!"

"Ha! Ha! Ha!" malutong na natawa ang driver na lalong ikinainis ni Vince.

"Haaiisss!"

* * * * * * * * * *

Diring-diri si Vince sa sarili pagkababa ng jeep. Napasulyap ito sa may balikat,

"Ahiiiiiiiiii! Hanggang ngayon, nayu-yucky pa rin ako tuwing naiisip ko yung.... ngiiiii!!! Grabe 'yung babaeng 'yun... maganda nga -- tulo laway naman! Baka mam'ya may virus 'yun... o kaya may nakakahawang terminal na sakit! Itapon ko na lang kaya itong polo ko? Pero, sayang... mahal pa naman ang bili ko dito. Pakuluan ko kaya?"

Kulang na lang na magtatalon ito sa galit.

"Tapos, sabi pa nung girl... babawi na lang daw siya... kapag nagkasabay kami ulit! At may balak pang magkasabay ulit kami! AYOKO, AYOKO, AYOOKKOOO!!! Kung magkakasabay pa kami noon -- ihahagis ko... itutulak ko palabas sa jeep 'yun! Ahiiiii! Ipagdasal n'yang h'wag kaming magkakasabay -- kung hindi sorry na lang s'ya!!!"

2

You Again? Not Again!

"**N**giiiiiii!" **dismayadong nasambit ni Vince nang** namukhaan ang katabi pagkasakay sa jeep.

"Oh no, si Miss TL (tulo laway) -- buhay pa!"

Mahigit dalawang linggo na ang nakakalipas mula ng insidente at medyo nakalimutan na niya ito. Pero, heto na naman... kasabay na naman niya ang babae.

Iginala nito ang mga mata sa loob ng jeep. Nag-aasang baka may malipatan. Pero punong-puno ang jeep. Katunayan ay may mga nakasabit pa.

"Haaaiiissss! Ano bang kamalasan 'to at nakasabay ko na naman s'ya -- at kalapit ko pa ulit! Grrrrr! Kung hindi lang mahirap sumakay -- bababa na lang ako!!!"

Masamang masama ang loob ni Vince. February 14 ang petsa ngayon, Valentine's Day at birthday pa niya. Tanggap na nga niya na wala siyang date sa araw na ito -- pero ano bang kamalasan ang dumapo sa kanya at nakasabay na naman niya ang kinaiinisang babae.

"(Sob!) Lord naman! Why, why why?" himaktol nito. *"Wala na nga akong gimmick... ni hindi nga ako nag-request ng kahit anong special sa birthday ko... tapos, wala pa nga akong date -- bakit naman binagsakan mo pa ako ng kunsumisyon? Good boy naman ako, diba?"*

Katulad ng nauna nilang pagkakasabay, tulog na tulog na naman ang babae. At katulad din ng dati, kung saan-saan napupunta ang ulo nito habang umaandar ang jeep.

"Ahhhhh! Bakit naman ganoon? Napakamalas naman nitong birthday kong ito. Ang dami naman taong pwede niyang makakalapit... bakit ako pa?!! Haaiisss! Lord, please... ano bang kasalanan ko't pinarurusahan Mo ako ng ganito?"

Napapikit si Vince at napakagat sa labi nang maramdamang humilig sa balikat niya ang ulo ng babae.

"Ahiiiii! Ayan na naman! (Sob!) Tutulo na naman ang laway nito! Help! Saklolo!"

Pasimpleng itinulak nito ang ulo para sa kabilang pasahero mapahilig. Pero dahil mahina ang pagkakatulak ay humilig ulit sa kanya ito.

"WHY? Why me?!!!" nangangalit na singhal nito. *"Haaaisss! Ano kaya... ihulog ko na kaya talaga ito -- palabas ng jeep?!!"*

Pagalit na itutulak n'ya sana muli ang ulo nito nang mapansin ang kamay ng lalake sa kabilang tabi ng babae. Nakahawak ito sa hita ng babae at halatang nangtsa-tsansing. Gusto man niyang magwalang-bahala, nanaig ang mabuting-asal ni Vince.

Tinabig nito ang kamay at sinabihan ang lalake.

"Pre, respeto naman."

Dahil nabisto, napahiya ang lalaki at tuluyang inalis ang kamay. Tumingin ito nang masama, pero hindi natakot si Vince at gumanti ng tingin. Sa huli ay ang naturang lalaki ang nagbawi ng tingin.

Nang muling babaling ang ulo ng babae ay pinigilan na ito ni Vince at inihilig sa balikat niya.

Hindi pa nagtatagal ay naramdaman niyang namamasa ang pagitan ng balikat at leeg niya. Kulang na lang na magtitili ito.

"Oh no! Not again? Yaiikss! Kadiri!!!"

Nandidiri man ay tinatagan ni Vince na hindi alisin ang ulo ng babae. Ayaw niyang bigyan ng pagkakataon ang maniac na mapagsamantalahan ito.

"Haaiisss! Lord, ano ba itong pagsubok na ginagawa mo sa akin?!"

* * * * * * * * * *

Medyo may kalayuan na ang binabaybay ng jeep nang mapadako ang tingin ni Vince sa kamay ng babae. May hawak itong Tetra pack juice at nangangalahating sandwich.

Lubos na maawain ang binata at tuluyan ng nabagbag ang kalooban nito.

"Kawawa naman. G-Gutom na siguro... kaya dito na lang sa jeep kumain..."

Napalitan ng pag-aalala ang naramdaman niya tungo sa babae. Maingat na inakbayan niya ito at ikinalang ang ulo nito sa balikat upang makatulog ng husto.

* * * * * * * * * *

Malapit na sa may Frisco nang maalimpungatan ang babae. Pasimpleng tinanggal ni Vince ang kamay niya sa balikat nito at umusog ng bahagya. Marami na ring bumabang pasehero, kasama na ang manyakis, kaya maluwag na sila.

Nang mahimasmasan na ito ay pasimpleng itinago ang sandwich at itinapon sa basurahan ang tirang juice.

"Naku, Ineng," wika ng isang ginang sa tapat ng upuan nila, "kanina ka pa hinihipuan nung kalapit mong manyakis. Mabuti na lang at kalapit mo itong mabait na lalaking ire."

Naguguluhang napatanong ang babae, "A-Ano po, Ma'am? May nanghihipo po sa akin?"

"Oo! Kaninang habang tulog na tulog ka! Natatakot akong sitahin dahil malaki at mukhang brusko yung mama. Mabuti na lang at kalapit mo s'ya," sabay turo kay Vince, "at sinita 'yung mama!"

Napatingin ang babae kay Vince, "Naku, thank you po... thank you!"

"Akala ko nga ay magsusuntukan silang dalawa," dagdag ng ginang, "Galit yung manyakis pero nakita niyang hindi natatakot sa kanya itong binata."

"Naku, muntik pa pala kayong napaaway nang dahil sa akin. Maraming-maraming salamat po ulit!"

Tumango si Vince, "Wala 'yon. Ingat ka lang ngayon. Kung maaari, h'wag kang matutulog sa biyahe. Marami na kasing salbahe at mapagsamantalang tao sa panahong ito."

Pagkasabi nito ay lumihis na nang tingin si Vince. Tapos na ang lahat. Ayaw na niyang magkaroon pa ng kaugnayan sa babae.

* * * * * * * * *

Nakakatuwa nga siya," pagpatuloy ng ginang habang itinuturo si Vince, "aba'y kabait na bata! Akalain mong inihilig niya ang ulo mo sa balikat n'ya para makatulog ka nang husto. Magkakilala ba kayo?"

"Naku, hindi po," nahihiyang sagot ng babae.

Sandaling tumingin at umiling-iling naman si Vince. Pagkatapos noon ay tumingin na naman ito sa malayo.

Naramdaman ng ginang na ayaw ng makipag-usap ni Vince kaya tumigil na ito.

Pagdating sa EDSA ay nagbabaan na ang karamihang sakay, maliban kina Vince at ang babae.

Malapit na sa Project 7 nang magiliw na nagsalita ang babae.

"B-Bossing... thank you ulit sa tulong mo kanina."

Tumango lang si Vince pero hindi tumingin o nagsalita.

Nakangiting nagpatuloy ang babae. Pinipilit na makahulihan ng loob si Vince.

"Hi! Hi! Hi! Inalalayan mo pa pala akong matulog. Nakakahiya naman sa iyo... sobra-sobra na ang ginawa mo. P-Pero, thank you ulit. Bahala na si God sa iyo... a-alam ko naman... love N'ya ang mga taong katulad mo! Aba! Bibihira na ang mga taong mababait na kapareho mo.... at POGI PA! Hi! Hi! Hi! Salamat ulit."

Walang kabuhay-buhay na sumagot si Vince habang hindi pa rin tumitingin, "(Sigh!) Wala 'yon. Kalimutan mo na 'yon."

Pagkatapos ay muli na naman siyang tumingin sa malayo.

Halatang naalangan ang babae at pansamantalang nanahimik. Pero makikitang gustong makilala si Vince. Maya-maya ay may naisip ito at nagkandakumahog na binuksan ang kanyang bag at kinuha ang wallet.

"B-Bayad ka na ba?" masiglang tanong nito. Dahil bukas ang bag, naghulugan ang mga gamit nito.

"Ayy, ayyy... Hi! Hi! Hi! Ang clumsy ko talaga ngayon!" wika nito, habang ibinabalik ang mga laman ng bag.

"B-Bossing... bayad ka na ba?" tanong muli nito.

Pairap na tumingin si Vince bago sumagot.

"(Sigh!) Oo," sabay itinutok muli ang atens'yon sa malayo.

Nawala ang saya sa mukha ng babae. Tila naunawaan nito na ayaw makipag-usap ni Vince at nanahimik na lang.

* * * * * * * * *

"Mama, para!" hiyaw ng babae habang patuloy pa ring inaayos ang mga gamit.

Nang bumaba ang babae ay lalong umiwas ng tingin si Vince.

"Mahirap na," naisip nito, *"baka humirit na makipagkilala pa... di bale na lang!"*

Pero hindi pa nakakalayo ang jeep nang namataan niya ang wallet ng babae sa sahig. Napatingin si Vince sa driver. Nakita niyang masama ang tingin nito sa wallet at mukhang walang balak isoli.

Napailing si Vince at nagdesisyon.

"PARA!!!"

3
Matchy Matchy!

* * * * * * * *

**The way through a man's heart
is through his stomach"**

* * * * * * * *

Pagkatigil ng jeep ay mabilis na inabot ni Vince ang wallet at dali-daling bumaba. Nakita niya ang pagkadismaya at panghihinayang sa mukha ng driver.

"Hah! Tama ako... balak tirahin nung drayber itong wallet!"

Sa kalayuan ay nakita niya ang babae habang dahan-dahan itong naglalakad. Agad siyang tumakbo papunta dito.

"Miss! Miss!"

Gulat na napalingon ang babae. Nakilala agad nito si Vince.

"B-Bossing... bakit?" nagtatakang tanong nito.

Hinihingal na iniabot ni Vince ang wallet.

"Huh! Ang wallet ko!?? Saan mo nakuha ito?"

"Hah! Hah! Na-Nahulog sa iyo sa jeep!" hingal na sagot ni Vince. "Ka-Kanina... pag bayad mo! Hah! Hah!"

Sa tuwa ng babae ay mahigpit na yumakap ito sa kanya. Sa bilis ng pangyayari ay hindi na nakaiwas si Vince.

"Weeee! Thank you, thank you!!! Kung nagkataon -- NGANGA ako nito nang isang buwan!!!"

"Uh...uhmm..." ang nasabi na lang ni Vince. Hindi nito malaman ang gagawin sa situwasyong kinakaharap.

"Grabe... ang bait-bait mo!!!" pagpapatuloy ng babae, "Ano ka ba... guardian angel ko... member ka ba ng Avengers o Justice League?" wika nito. "Ilang oras pa lang ang nakakaraan... pero ang dami-dami mo nang nagawang tulong sa akin! Paano kaya ako makakabayad ng utang na loob sa 'yo?"

"Uhmm... ahhh... ahhh...wala 'yon! Okay lang 'yon!" sagot ni Vince habang nagpupumilit pa rin na makaalpas.

"Ayy, naku... hindi na ako papayag ng ganyan," sagot ng babae habang pansamantalang niluwagan ang pagkakayakap para tingnan sa mukha si Vince, "dapat makabawi ako kahit papaano."

Nalilito si Vince. Hindi niya akalain na aabot sa ganito ang ginawa niyang pagtulong -- lalo na ang yakapin siya!

"Tara, kain tayo... ako ang taya!" patuloy ng babae. "Dito ka rin ba nakatira?"

Sa wakas ay nakaalpas si Vince sa pagkakayakap.

"Uhmmm! Oo... pero sa Bansalangin ako... sa dulo."

"Tamang-tama! Treat kita dun sa Aling Marina's Eatery. Hoy! 'Wag mong ismolin 'yun. Malinis doon at yung bopis nila -- something to die for!"

"A-Alam ko... madalas din akong kumakain doon," sagot ni Vince.

'Yun naman pala," tili ng babae sabay hinampas ng malakas si Vince sa balikat. "E, di tara na!"

"Arekup!" hiyaw ni Vince. "Grabe naman sa lakas ang hampas mo, a! Muntik na yatang mawala ang baga ko doon!"

"Hi! Hi! Hi! Joker ka din pala. Akala ko kanina... masungit ka! Hindi naman pala! Ummmm... mukhang seryoso lang! *(Giggle!)* O, ano... tara eats na tayo! Tamang-tama... birthday ko ngayon... parang ito na ang handa ko. Biruin mo, birthday ko na -- Valentine's day pa... tapos... huhuhu!... ni wala akong date? Siguro, hulog ka ng langit para may maka-date ako ngayong araw na ito! Hi! Hi! Hi! Tara na!"

"Anoooo?! Ka-birthday ko pa ang lukaret na 'to," hinagpis nito, *"susmaryosep, wala na bang katapusan ang kamalasan sa araw na 'to?! OMG... ang kapal ng mukha n'ya! Imagine... niyayaya pa akong kumain? Aarrgghh! Ano s'ya -- HILO!!!"*

Tatanggihan na niya ang alok nang napatingin siya sa mukha ng babae. Biglang nabaliktad ang lahat ng plano nito. Salubungin ba naman siya ng isang pagkatamis-tamis na ngiti mula sa nakakabighaning kagandahan.

"Kakain? A, e... di s-sige ba... tara!" sagot niya.

Halatang kilala ang babae sa kainan dahil magiliw itong sinalubong ng may-ari. Nagbulungan pa ang dalawa bago tinawag si Vince para maupo na.

"Hi! Hi! Hi! Omorder na ako para sa atin!" wika agad ng babae pagkaupo nila. "Bopis, pork chop saka sabaw! Okay na ba sa iyo 'yun?"

Tumango-tango lang si Vince.

"Anong gusto mo, kape... o BEER?" pilyang tanong nito.

"K-Kape na lang."

"Owwws, totoo? Ayaw mo ng beer...o sobrang maaga pa sa iyo? Hi! Hi! Hi!"

"Kape lang... hindi ako umiinom."

Nanlaki ang mga mata ng babae bago muling tumawa.

"Wow! Good boy ka pala... 'di ka umiinom! Daig pa kita... ako umiinom! Hi! Hi! Hi!"

Hindi kumibo si Vince.

"Ano nga pala ang pangalan mo?" tanong ng babae. "Hi! Hi! Hi! Nagde-date na tayo... hindi pa kita kilala!"

"Hindi naman date ito..."

"Hi! Hi! Hi! Joke lang! Ikaw naman... masyadong seryoso. Bakit, may jowa ka na ba -- may magagalit ba?"

"W-Wala..."

"Oh, wala naman palang magagalit -- sakyan mo na lang ang trip ko! Saka... maganda naman ako, diba?"

Napatango si Vince.

"Hi! Hi! Hi! Jackpot ka nga sa akin -- para kang tumama sa lotto! Anyways, kunwa-kunwarian lang namang... para lang masabing... may date tayong dalawa ngayong Valentine's day. Hi! Hi! Hi! One day lang naman... e, di bukas -- break na tayo! *(Giggle!)*

Hindi napigilan ni Vince ang mangiti.

"Grabe! Lalo ka palang guma-gwapo kapag ngumingiti ka!" tili ng babae.

Tuluyan ng natawa si Vince, "Hmmmp! Ganyan ka ba talaga mambola sa mga tumutulong sa iyo?"

"Hindi, a! Hihihi! Sa mga pogi lang na katulad mo!"

Napatingin si Vince sa kausap. Sumisikat na ang araw kaya lalo niyang napagmasdan ito. Kahit wala na itong make-up ay kitang-kita ang angking kagandahan nito. Kaayaaya at napakaamo ng mukha nito. Hindi nakakasawang tingnan kahit matagal. Bukod pa dito, mapagbiro, masayahin at palagi itong nakangiti. Sa sandaling oras na magkasama sila ay gumaan agad ang loob niya dito.

"Huy! Natulala ka na naman, d'yan!" sabi nito habang pinipitik-pitik ang mga daliri sa may mukha niya.

"VINCE!"

"Hah?" nagtatakang tanong ng babae.

"Vince... Vince ang pangalan ko. Vince Montenegro!"

Nangiti ang babae, sabay inabot ang kamay, "VINA. Vina naman ako. Vina Alegre."

4

One Day Contract

* * * * * * * *

"We are born in one day. We die in one day. We can change in one day. And we can fall in love in one day. Anything can happen in one day!"

* * * * * * * *

Habang nagkukwentuhan sila, palihim na inoobserbahan ni Vince ang kaharap. Kalog ito, masaya, madaldal at natural na natural lang kung kumilos at magsalita. Walang arte, walang kaek-ekan sa sarili. Pati kung tumawa ito ay bigay na bigay. Walang poise, ika nga. Kung makikita silang dalawa ng ibang tao, aakalain ng mga ito na matagal na silang magkakilala.

Hindi mapigilan ni Vince maaliw sa kausap.

"V-I-N-C-E... Vince ang pangalan mo..." simula ni Vina, "V ang simula -- pareho din ng pangalan ko! Wow, grabe... match na match tayo. Iba talaga si God kapag nag-match-maker. Hi! Hi! Hi! Swerte ko naman!"

"Teka, teka... nagkakilala lang tayo... wala namang..."

Pabiro siyang hinampas ni Vina, "Sus, ikaw naman... masyado kang serious. Biro lang! Pagbigyan mo na ako... tutal, birthday ko naman. Kunwa-kunwarian lang -- walang basagan ng trip! Teka, teka... kailan nga pala ang birthday mo?"

Nabigla si Vince at hindi nakasagot. Ayaw niyang malaman ng babae na pareho sila ng birthday nito.

"Huy, tinatanong kita -- anong petsa ng birthday mo?" muling tanong nito.

Magsisinungaling sana si Vince pero mabilis na naka-pick-up ang kaharap.

"Ahiiii! Alam ko na -- BIRTHDAY MO RIN NGAYON!!!" tili nito. "Valentine's day din ang birthday mo -- kaya 'V' rin ang simula ng pangalan mo!!! Tama ako, diba... diba?!!"

Natawa na lang si Vince at napatango.

Halos magtatalon sa tuwa si Vina at tuluyan ng kumanta, "Happy birthday to us, happy birthday to us..."

"Huy, ano ka ba -- itigil mo nga yan!" pilit na inaawat ito ni Vince. "Pinagtitinginan na tayo ng mga tao dito -- hindi ka ba nahihiya?!"

"Sus, bayaan mo ang mga 'yan! Inggit lang sila. Hi! Hi! Hi! Saka, kilala naman ako ng mga 'yan. Sanay na sila sa akin."

Iginala ni Vince ang mga mata. Nakangiti ang mga ito at nage-enjoy lang na panoorin sila.

"Wow," pagpapatuloy ni Vina, "... akala ko, ito na ang pinakamalungkot kong birthday -- hindi pala! Ito pala ang magiging pinaka-masaya kong birthday. Hindi ako makapaniwalang... 'yung naka-destining soulmate ko -- na-meet ko ngayon. Hindi lang 'yun -- pogi na, macho pa... at ka-birthday ko pa! Hi! Hi! Hi!"

"H-Hindi naman tayo mag..." aangal sana si Vince pero pinigilan siya.

"Hep, hep, hep! Sinabi ko na -- h'wag mo nang kontrahin. Ngayon lang naman ito. Hi! Hi! Hi! Enjoyin na lang natin-- tutal, birthday naman nating pareho. Wala namang mawawala... kung magkukunwari tayong... mag-syota! One day contract lang -- wala namang mawawala, diba?" pagkasabi nito ay masiglang nagsayaw ito sa kinauupuan habang kumakanta.

Natawa na lang si Vince at napatango. Kahit gaano ka-weird ang pangyayari, hindi naman niya maitanggi na naaaliw siya at nagkaroon ng kulay ang birthday niya.

"Hahaha! Once day contract, okay 'yun, a!" natatawang nasabi nito sa sarili. *"Abnormal din ang babaeng ito. Walang kak'yeme-k'yeme at napaka-harot!"*

Sandaling napatingin ito kay Vina habang patuloy na nagsasayaw mag-isa.

"At least, naging kakaiba ang birthday kong ito. Imbes na bokya ako ngayon... kahit papaano... naging masaya ito. At... nagkaroon ako ng super-hot na ka-date ngayong Valentine's day -- kahit isang araw lang!"

Hindi nito mapigilan ang tumawa ng malakas, "Ha! Ha! Ha! Ha!"

Napatigil sa pagsasayaw si Vina nang marinig ang malakas na halakhak ni Vince.

"Huh! Anyare dun? Hindi kaya nasisiraan na ng ulo 'yun? Hi! Hi! Hi! Hindi siguro nakayanan... ang super-ganda ko!

"Burpp!"dumighay ng malakas ni Vina. "Hi! Hi! Hi! Sori, sori! Pasens'ya ka na at napaka-taklesa ko. Sobra kasi akong nabusog!"

"Okay lang!" sagot ni Vince. "Ako din naman. Tama ka, the best talaga ang bopis ni Aling Marina."

"Sinabi mo pa!" natatawang sumangayon ni Vina.

"O, bakit ka d'yan tumatawa?"

"Hi! Hi! Hi! Kasi naman... ibang klase din naman itong handa ng birthday natin -- BOPIS!"

"Ha! Ha! Ha! Oo nga ano!" sangayon ni Vince at nakisakay na rin, "First date ni Vince at Vina... araw ng mga puso -- isang dakilang araw! Ang ang kinain nila.... tan-tara-dan -- BOPIS!"

"Hi! Hi! Hi! Napaka-romantic, diba? "GRABEEEE!!! Ang cheap natin!!!"

* * * * * * * * * *

"Teka, teka... matanong kita," wika ni Vina, "ang ibig mong sabihin... yang gandang lalaki mong 'yan -- zetlog ka ngayong Valentine's day? Anyare -- broken hearted ka ba?"

"Hindi, a!" tanggi ni Vince.

"Choosy?"

"H-Hindi..."

"Hindi maka-move-on?"

"Hindi, hindi -- teka, ano ba ito, interrogation?"

"Hi! Hi! Hi! Cool ka lang... nagtatanong lang naman ako. Curious lang! Mmmm... hindi ka naman -- BAKLA?

"Hindi, hindi! Huy, tigilan mo na nga ito."

"E, bakit nga wala kang date ngayon?"

"Haaaiiisss! Nagkataon lang. Saka, hindi ko naman type 'yung magsyo-syota lang dahil Valentine's lang. Hindi naman ako ganoong kadesperado!"

"Mmmm... sabagay, tama ka doon. Ako ngang -- super hot at super ganda... wala ring date ngayon -- ikaw pa! At least... swerte mo ngayon at -- na-meet mo ako!"

Natawa na lang si Vince.

"Akalain mo... pareho pala tayong suki dito... pero di man lang tayo nagkita kahit minsan!" pagpapatuloy ni Vina.

"Huh? Paano mo naman nasabing hindi tayo nagkita man lang? Malay mo, nagkita tayo... pero hindi natin napansin ang isa't isa."

"Imposibleng mangyari 'yun," kontra ni Vina. "Hampasabol!"

"Bakit naman?"

"Kasi po... super-ganda ko -- imposibleng hindi mo ako mapansin. Samantalang, ikaw naman ay... mmmmm... medyo-medyo pasado na ang kapogian... para mapansin ko! Hi! Hi! Hi! Charot lang!"

"Ahiiiii! Grabe ka talaga sa pagka-conceited -- wala akong masabi!"

"Bakit? Nagsasabi lang naman ako ng totoo -- inggit ka lang!"

"Sige na, sige na... panalo ka na!"

"Hi! Hi! Hi! Syempre pa! O, sige na... mabalik tayo sa usapan natin kanina. Bakit nga ba hindi man lang tayo nagkikita dito -- e, hindi naman kalakihan itong karinderia? Hmmmm... anong oras ka ba kumakain dito?"

"Madalas kasi, sa tanghali ako kumakain dito... bago pumasok," paliwanag ni Vince.

"Tuwing tanghali? Mmmm, kaya pala! Karaniwan kasi, ganitong oras ako kumakain dito... tapos dire-diretsong sweet dreams na ako. Teka, ano bang trabaho mo?"

"Design Artist... pero freelancer."

"Design Artist... freelancer? Ano 'yun?"

"Uhmmm... yung gumagawa ng mga ads sa dyaryo, magazine saka sa TV..."

"Ahhhh... Oo, gets ko na! Parang ikaw yung gumagawa ng design, yung nagko-conceptualize... diba?"

"Tama! Paano mo na-gets agad?"

"Bakit... mukha ba akong shunga-shunga? Hi! Hi! Hi! Meron kasi akong... uhummm... kaibigan na ganyan din ang trabaho kaya medyo nakuha ko agad. Pero... ano yung freelancer? Ibig bang sabihin noon... libre ka lang?"

"Ha! Ha! Ha! Hindi! Ang ibig sabihin noon ay... hindi ako permanenteng empleyado ng isang kompanya. Kinukuha lang nila ako kapag may ipagagawa silang trabaho."

"Ah, ganoon?" sagot ni Vina na saglit napaisip, pagkatapos ay biglang bumanat.

"Ngek! Ibig bang sabihin noon -- no work, no pay... kapag walang trabaho -- nganga ka?"

"Ha! Ha! Ha! Ganoon na nga. Pero, mas okay sa akin ang ganitong set-up... hindi ako tied-up nang otso-oras -- ayoko kasi ng ganoon. At least dito -- libre ako kung kailan ko gusto magtrabaho at hindi. 'Yun nga lang, dapat medyo double-time sa pagtatrabaho. Kapag sinuwerte... mas malaki ang kinikita ko... doble -- at minsan triple pa."

Tumango-tango si Vina.

Si Vince naman ang nagtanong.

"Ikaw, Vina... ano naman ang trabaho mo?"

"Hi! Hi! Hi! Freelancer din!"

"Hah? Freelancer din? Anong klaseng...?"

"GRO!"

5
Eh, Ano Kung GRO?

"**O**, bakit yata natulala ka na d'yan?" tanong ni Vina dahil hindi agad nakaimik si Vince.

Ibinukas ni Vince ang bibig pero walang boses na lumabas.

Natawa naman si Vina.

"Bakit, ngayon ka lang ba nakakilala ng GRO?" patuloy nito. "O, hostes, call girl, belyas... o kung ano man ang gusto mong itawag dito? Hi! Hi! Hi!"

Waring namalikmata si Vince, nag-isip ng maidadahilan, "A, e... hindi, hindi. Ummm, ano... ahhh... naisip ko lang... kaya ka pala laging inaantok o tulog sa jeep."

"Hi! Hi! Hi! Galing mo mag-adlib, a! Pati 'yung pagiging antukin ko sa jeep... naisip mo pa -- e, dalawang beses pa lang halos tayo nagkakasabay. *(Giggle!)* Ayaw mo pang amining... nagulat ka nang sabihing kong GRO ako... diba?"

Hindi muling nakasagot si Vince sabay umiwas ng tingin.

"Hi! Hi! Hi! 'Yang paiwas-iwas ng tingin -- tanda 'yan na guilty ka!! Naku, p'wede ba -- h'wag ka nang ma-guilty pa d'yan!" pagwawalang-bahala ni Vina. "Okay lang, sanay na ako."

"P-Pasens'ya ka na. Nagulat kasi ako na..."

Itinuloy ni Vina ang sasabihin ni Vince.

"... na hindi ako nahihiyang amining... GRO ako -- na hindi ko ito itinatago?"

Nahihiyang napatango si Vince.

Medyo nagseryoso ang mukha ni Vina.

"(Sigh!) A-Ayoko kasing nagkukunwari o manloko ng tao," wika nito. "A-Ayokong maglihim... o magtago ng sekreto. Kung kaibigan kita o kahit ano pa man, gusto kong tanggapin mo ako... bilang ako."

Nagpatuloy ito, "Ano pang sense kung itatago ko ang pagiging GRO ko. Sooner or later, malalaman mo din naman ito -- so anong point? Tanggap ko naman na... mababa ang tingin ninyo sa mga katulad ko. Kung ililihim ko't malalaman mo rin -- siguradong mas lalo pang bababa ang pagtingin mo sa akin. Tama ba ako?"

Paiwas na tumingin si Vince pero hindi kumibo.

"Syempre, nahihiya din ako. Sino ba naman ang magiging proud kung ganito ang trabaho mo. Pero, hindi ko naman ginusto ang maging ganito. Kaya lang... *(sigh!)*... wala, e... talagang ito ang ibinato sa akin ng buhay. Sabi ko nga... hindi din ako proud... pero, kahit papaano... nabubuhay ako ng sarili kong kayod... na hindi galing ang kinakain ko... sa pagnanakaw o pangungulimbat."

"V-Vina... pasens'ya ka na..."

Ahiiiiii! Stop, stop, stop!!!" biglang b'welta ni Vina, "tama na kaya ang drama! O, tapos na -- finish na... magkakilala na tayo... pati na ang lamang-loob natin! Hi! Hi! Hi! Ang tanong... friends pa rin ba tayo o iu-unfriend mo na ako?"

"Friends... syempre, friends pa rin! Actually... diba mag-jowa tayo ngayon?"

"Uuuuyyy... tanggap na n'yang mag-jowa kami!" tukso ni Vina.

"Hah! Hindi, ano... kunwari lang, diba? Biru-biruan lang... saka 'tong araw lang na ito..."

Nagulat si Vince sa sumunod na ginawa ni Vina. Lumapit ito at dinampian siya ng halik sa labi.

"O, ayan, ha --- first date pa lang, naka- first kiss ka na! Hi! Hi! Hi! Para naman maging very memorable ang pagiging mag-jowa natin ngayon -- kahit isang araw lang!!!

* * * * * * * * * *

Naiiling na natatawa si Vince tuwing sumasagi sa isip ang mga nakaraang kaganapan. Hindi nito malimutan nang yakapin siya ni Vina pati na rin nang dampian ng halik sa labi. Hindi maiwasang haplusin ang labi niya. Saglit lamang pero hanggang ngayon ay nananariwa pa rin ito sa kanya. Nagbabalik-balik sa isipan niya pati ang napakaamong mukha nito.

Damang-dama pa rin niya ang lambot ng katawan nito habang nakayakap sa kanya. Hindi niya maikailang nakadama siya ng kakaiba habang magkayakap sila. Pati ang mabangong amoy nito ay nanariwa pa rin sa isip niya.

Napabilib siya sa pagiging totoo at pranka nito. Hindi ito maarte at walang kaplastikan sa katawan, bukod pa sa pagiging mak'wento, mapagbiro ito at masayahin. Walang 'dull moments' ika nga habang magkasama sila.

Hindi rin nito itinago o ikinahiya ang pagiging GRO. Tanggap ang kapalaran niya at walang ibang sinisisi.

"(Sigh!) Ibang klaseng babae. Makulit, magulo, nakakaintriga... pero, sa kabilang banda... nakakatuwa... at sobrang masarap kasama!"

Hindi nito maiwasang ikumpara ito sa mga kakilala niyang mga babae.

"(Sigh!) Ho-hummm! Oo nga -- GRO nga siya... pero, mas matino pa siya kaysa sa mga iba kong kakilalang babae. Kung tutuusin nga, napipilitan lang siya... dahil 'yun ang trabaho n'ya... 'di katulad ng iba na..."

Napaisip ito at napailing. Hindi akalaing ang iniiwasan niyang mangyari -- ay nangyari. Hindi lamang sila nagkakila ni Vina pero naging malapit pa ang loob sa isa't isa sa sandaling oras lang. Naging girlfriend pa nga niya ito -- kahit isang araw lang!

Si Vina. Isang GRO.

Kahit sa panaginip, hindi inakala ni Vince na magkakaroon siya ng isang kaibigang GRO. Kakilala at kabatian, siguro p'wede, pero bilang isang kaibigan -- malabo, napaka-imposibble. Hindi dahil mababa ang pagtingin niya dito pero dahil magkaiba ang mundong ginagalawan nila. Hindi siya mahilig magpunta sa mga club o bar. Hindi din siya umiinom. Bahay at trabaho lang ang schedule niya sa araw-araw. Paminsan-minsan ay gumigimik kasama ang ilang mga bardada o kamag-anak. 'Yun na 'yon. Malayong-malayo sa mundo ni Vina.

Magtatagal kaya ang pagkakaibigan nila o parang bula lang itong mawawala?

6

Jeepney Love Story

Nagtataka si Vince dahil sa nakikita niyang kumakaway sa harapan ng dumarating na jeep. Nang malapit na ito ay saka lang niya namukhaang si Vina ito at tinatawag siya.

"Vince! Vince!" hiyaw nito. "Yuhooooo! Dito, dito!"

May nagtangkang sumakay sa harapan pero pinigilan ito ni Vina.

"Ooopss! Sori, sori, manong... reserve na po ito! Ayun na po ang sasakay."

Kakamot-kamot na napabalik ang nagtangkang sumakay.

Pagdating sa harap ni Vince ay huminto ang jeep.

"Sakay na Vince!" masayang bati ni Vina, sabay pinagpag pa ang upuan sa tabi niya.

Natawa na lang si Vince habang sumasakay.

"Hi! Hi! Hi! Anong masasabi mo at inireserba kita ng upuan?"

"*(Chuckle!)* Wala akong masabi! Pero, paano mong nalamang naandito pa ako?"

Umiling-iling si Vina, "Hindi! Hindi ko alam."

"Ngek! E, buti walang sumasakay dito mula ng sumakay ka?"

"Bopols ka din, ano? Syempre, maraming gustong sumakay dito. 'Kita mo na ngang may gustong sumakay dito kani-kanina lang -- pigilan ko lang. Nireserba ko na po itong silya hanggang sa makasakay ka!"

"Hmmmp! E, paano na kung nakaalis na ako? E, di nagalit 'yung driver!"

"Haaay, naku! Buti na lang at pogi ka... kasi may pagkatanga ka rin! Hi! Hi! Hi! S'yempre, bayad na 'to -- binayaran ko na. Kapag wala ka, e di, saka na lang magpapasakay 'yung driver ulit. Parang may bumaba at may sumakay lang -- gets mo?"

"Oo nga ano... hindi ko naisip yun!"

"Hi! Hi! Hi! Minsan kasi, gagamitin mo din yang utak mo! Hindi puro drawing na lang ang nasa isip mo!"

"Ha! Ha! Ha! Grabe kang manglait, a! Teka, maiba ako... bakit inireserba mo ako ng pwesto?"

"Asus... shunga ka talaga. Syempre, gusto kitang kasabay... gawa nito!" pagkasabi nito ay humilig ito sa binata at sinimulan ng matulog.

"Haaiisss! Kaya pala!"

"... at ikaw ang magbabayad ng pamasahe natin! Hi! Hi! Hi!" dagdag pa ni Vina

"Teka, teka! Akala ko ba bayad na?"

"Naku, slow ka rin, ano? Ikaw, ibinayad ko -- pero hanggang dito lang. Yung bayad natin hanggang sa Project 7 -- hindi pa!" paliwanag ni Vina bago tuluyang natulog.

* * * * * * * * *

Naglalakad na sila makababa ng jeep ng mapansin ni Vina ang bakas ng laway sa balikat ng polo ni Vince.

"N-Nakakahiya naman sa iyo," wika ni Vina, "nabasa na naman ng laway ang damit mo."

"Naku, kung hindi nga lang may nakakakita sa akin... baka inihulog na kita sa jeep kanina!" kunwaring galit na sagot nito pero nakangiti.

"Hi! Hi! Hi! Magagawa mo 'yun? Itong ganda kong ito... ihuhulog mo?"

"Ahiii! Hindi ka rin naman conceited ano? Hmmmp! Swerte mo nga at maganda ka... kung hindi, baka kung saan ka na pinulot!"

"Hi! Hi! Hi! O, ayan ha... sa iyo na mismo nanggaling na MAGANDA ako!"

"Tulo laway naman!" pang-inis ni Vince.

"At least maganda!" ganti ni Vina, sabay sinimangutan at dinilaan si Vince. "Beehh!"

Hindi mapigilan ni Vince na matawa, "Ha! Ha! Ha! Para kang bata... nandidila kapag napipikon!"

"Ah, ewan -- basta maganda pa rin ako!!!"

"Teka, teka! Maiba ako ng usapan. Bakit nga pala nagdyi-dyip ka lang pag-uwi... e, pwedeng-pwede ka namang mag-taxi?"

"(Sigh!) Minsan kasi, mas delikado ang mag-taxi kapag dis-oras nang gabi," sagot ni Vina. "Hindi ka na rin sigurado sa taxing sasakyan mo... lalo na kapag nag-iisa ka!"

"Sabagay, tama ka doon. Kaya lang tulog ka naman ng tulog sa jeep. Nagkakandahulog ka na... natsatsansingan ka pa!"

Nagkibit-balikat na lang si Vina, "Hmmm... 'yun lang. Hindi talaga maalis ang mga pagkakataong ganon. Pero... di bale! Alam ko namang may makakasabay akong mabait at poging guardian angel na magtatanggol sa akin -- TULAD MO! Hi! Hi! Hi!"

"Asus, at binola pa ako! Sige na, sige na... kahit tinutuluan mo ako ng laway! Ngiiiii! Parang nangalisag ulit ang balahibo ko kapag naiisip ko 'yun, a!!!"

"(Sniff!) Na-hurt naman ako doon," wika ni Vina. "N-Next time... h'wag ka na lang lumapit sa akin... para hindi ka matuluan ng..."

"Sus! Ang drama nito. Okay na, okay na... h'wag mo nang isipin 'yun. Saka, na-immune na yata ako sa laway mo. Biruin mo, unang beses pa lang kitang nakasabay... hindi na ako nakaligtas sa kamandag mo! Ha! Ha! Ha!"

Nanlaki ang mata ni Vina, "T-Teka, teka... ikaw ba 'yon? Ikaw ba rin 'yung nakasabay ko minsan sa harapan ng jeep..."

"... na natuluan rin ng laway mo?" pagtutuloy ni Vince. "Hehehe! Yes, Ma'am... ako din po 'yun... yours truly!"

Medyo parang nalungkot si Vina.

"P-Pasens'ya ka na talaga, ha? Nakakahiya na talaga sa iyo..."

Kinabig Vince ang ulo nito sa balikat niya at ginulo ang buhok, "Naku, tigilan mo nga 'yang drama mo... hindi bagay sa iyo! Okay lang 'yon!"

"(Sniff!)"

"Huy, ano ka ba? Diba sabi ko... okay lang 'yun! Tahan na!"

"(Sniff!) Nasaktan kasi ang puso ko."

"Sori na talaga!"

"(Sniff!) Sige, sige... okay na! Basta..."

"Huh? Basta, ano?"

"Basta ikaw ang magblo-blowout ng breakfast natin ngayon! Hi! Hi! Hi!"

"Assuuss! At nagoyo lang pala ako!"

"Ayaw mo? Iiyak ulit ako! Waaaahhhh!!!"

"Haaiiss! Huy, tama na -- madaling-araw pa lang... nakakahiya sa mga tao! Sige na, sige na -- payag na ako, tara na!"

"Hi! Hi! Hi!"

7

Jeepney Love Story (II)

"**T**eka nga, Vin... diba malaki naman ang kita mo bilang GRO... bakit yata parang nagtitipid ka?"

"(Chomp!) (Nguya!) Teka lang, ha!" sagot ni Vina. "Tatapusin ko lang itong kinakain ko."

Matapos lunukin ang kinakain at uminom ng tubig ay saka pa lang sumagot si Vina.

"(Burp!) Saraaap!" Ikaw talaga, Vince... wala ka sa t'yempong magtanong. Kita mo nang ganado akong kumain... doon mo pa naisipang magtanong!"

"Ha! Ha! Ha! Sori na po, sori na po!" natatawang sagot ni Vince. "Oo nga pala, pagdating nga pala sa pagkain... dapat hindi ka iniistorbo. Sori na po!"

"Hi! Hi! Hi! Very good! Dapat lagi mong tinatandaan 'yan, ha? Uhummm... ano nga ba 'yung tanong mo?"

"Ang sabi ko, bakit nagtitipid ka... e, ang laki din naman ng kinikita mo, diba?"

"Huh? Paano mo naman nasabing nagtitipid ako?"

"Una, hindi ka magarbo magdadamit o maalahas. Karamihan sa nakikita kong mga GRO, sobra sa alahas at yung mga cellphone... iPhone o mamahalin. Pati yung mga suot na damit... puro signature. Pangalawa, nung nagkasabay tayo, sa jeep ka pa kumakain... e, pwede ka namang kumain sa club n'yo o dun sa mga fastfoods sa paligid. And last, but not the least... nung huli kang mag-blowout... ipinalista mo pa yata 'yung kinain natin. Ha! Ha! Ha! Nakita ko kasing sumimangot 'yung may-ari!"

"Nakita mo pa 'yun?" hindi makapaniwalang tanong ni Vina.

"Heheh! Oo naman po! E, sambakol ang mukha nung may-ari nung kinausap mo."

"Wow, grabe! Masyado ka palang observant! Pulis ka ba, NBI o nagtatrabaho sa BIR! Hi! Hi! Hi!"

"Hehehe! Funny... nakakatawa! FYI, kaming mga artist... talagang observant kami sa paligid namin. Lagi kasi kaming naghahanap ng bago at naiiba."

"Ahhh, ganon pala! Naku, kung ganoon ka ka-observant -- napapansin mo ba kung gaano kadami ang mga tumitingin at nagagandahan sa akin? *(Giggle!)*

"Haaiiss! Umiral na naman ang pagka-conceited mo!"

"Totoo namang maraming nahuhumaling sa kagandahan ko, diba, diba?!! Hi! Hi! Hi!"

"Pwede ba -- tumigil ka na! Nalalayo tayo sa usapan, e!"

"SUNGIT! Pogi nga -- ang sungit-sungit naman! Inggit ka siguro kasi walang tumitingin sa iyo!"

"Haaay, Lord, please... bigyan n'yo pa ako ng pasens'ya at baka mapatay ko itong taong ito! Ahiiii!!!"

"Hi! Hi! Hi! Sige na nga, sige na nga! Ano nga ba 'yung tanong mo?"

"Ang sabi ko... bakit tipong nagkukuripot ka sa sarili mo -- e, malaki naman ang kinikita mo?"

Hmmmm... ano kasi... hindi naman ganoong kalakihan ang kinikita ko. Sa pelikula lang 'yung sobra-sobra ang kita ng mga GRO. Sa totoo lang, maliit din ang kita namin kung minsan. Kadalasan nga ay galing lang sa mga tip at komisyon sa drinks ang kita namin."

"Weh, maniwala ako sa iyo? Ang alam ko, konting lambutsing-lambutsing ninyo lang sa customer... malaki na agad ang tip na inaabot nito sa inyo, diba? Saka... alam mo na... 'yung tuwing lalabas kayo at... Hehehe! Alam mo na!" sabi ni Vince sabay kindat.

Sandaling natigilan si Vina. Bahagyang nalungkot, halatang nagtatalo ang kalooban. Sa katagalan ay nagbiro ito.

"Ano kasi... ahhh... ahhh... mapili kasi ako sa mga customer ko," paliwanag nito, "ayoko 'nung amoy lupa at mga pangit! Hi! Hi! Hi!"

"Anong gusto mo... yung mga pogi lang at bata? Ha! Ha! Ha!"

"Hi! Hi! Hi! Hindi lang 'yun -- dapat madatong!"

"Grabe! ibig mo bang sabihin, kapag pumunta ako doon, hindi mo ako ite-table?"

"Malamang!"

"Bakit?"

"Kasi, porma mo pa lang... mukha kang 'poor' at walang pera! Hi! Hi! Hi! Wala akong kikitain sa iyo!"

Kunwari ay nagdamdam si Vince, "Aruuuyyy! Ang sakit mo namang magsalita."

May kapilyahang pumasok sa isip ni Vina at hinawakan ang mga kamay ni Vince. Mapanuksong nagsalita ito.

"Bakit, Vince... may balak ka bang pumatol sa GRO?"

"Hah? W-Wala... wala, a!" gulat na sagot ni Vince.

"Hi! Hi! Hi! Kung gusto mo... h'wag ka nang maghanap ng iba... naandito naman ako -- very, very much available para sa iyo! Maganda naman ako, diba?" patuloy na panunukso ni Vina.

Nalilito si Vince sa bilis ng pangyayari. Hindi nito akalain na dito mapupunta ang usapan nila.

"Huy, Vina, tigilan mo nga 'yan... ayoko ng ganyan!"

"Marami akong maiituro sa iyo... paliligayahin kita," patuloy pa rin si Vina, "kung gusto mo bibigyan pa kita ng malaking discount... o pwede na ring libre! Hi! Hi! Hi!"

"Haaiiisss! Sabi nang itigil mo na 'yan, Vina! Hindi na ako natutuwa!"

Tumawa ng pagkalakas-lakas ang dalaga.

Hi! Hi! Hi! Grabe! Tingnan mo ang mukha mo, Vince... para kang nakakita ng multo! Ikaw talaga... masyado kang seryoso!"

"Haaayyyy! Salamat! Akala ko... sinaniban ka na ng demonyo, e!"

"Sobra ka naman! Bakit, hindi mo ba ako type? Pangit ba ako... kapalit-palit ba ako?"

Sasagutin sana ito ni Vince nang mapansing binibiro na naman siya.

"Haaiissss! Sabi nang tama na, e!"

"Opo... stop na po! Hi! Hi! Hi! Ikaw naman... para lang naman inilalabas ko 'yung inner-Liza Soberano acting ko -- hindi mo pa pinagbigyan! Pam-basag-trip ka rin!"

"Haaay! Ikaw naman kasi..."

"O, sige na, sige na... peace na!" wika ni Vina, sabay humirit na naman, "Pero, kung talagang kailangan mo... naandito lang ako... at hindi ka magsisisi! Hi! Hi! Hi!"

"Ahaay, naku! Bahala ka sa buhay mo! Aalis na ako!" pagkabigkas ay sabay padabog na umalis ito.

"Huuyy! 'Yung bayad... yung bayad mo! Diba, ikaw ang magbabayad dito? Aling Marina, ilista n'yo po sa kanya itong mga kinain namin! HUY, VINCE -- BUMALIK KA DITO!!!"

8

Pakners in Crime

DIto na nagsimula ang maganda pero kakaibang klase ng pagkakaibigan ni Vince at Vina. Kung naging aksidente man ang ang una nilang pagkikita, ito ang naging daan upang magkakilala at magkalapit ang kanilang kalooban sa isa't isa. Parang umaayon o maaaring pinaglalaruan sila ni Destiny, naging madalas ang pagkakataong sila ay nagkakasabay sa pag-uwi.

"Huy, Vince... napapansin ko," wika ni Vina, "lagi tayong nagkakasabay sa pag-uwi. Siguro talagang inaabangan mo ang pag-uwi ko, ano?!! AMININ!"

"Uuuyyy, ang kapal nito," b'welta ni Vince, "halerrr! Sino kaya sa atin ang unang sumasakay -- at sino kaya ang nagrereserba ng upuan? Diba ikaw? O, di ikaw ang nag-aabang sa akin!"

"Huy, huy... ginagawa ko lang 'yun kasi naaawa ako sa iyo... dahil nakikita kong -- hirap na hirap kang sumakay. Nagsi-symbiotize lang naman ako sa iyo!"

"Symbiotize? A-Ano 'yun?" tanong ni Vince.

"A-Ano... yung nahahabag ako sa iyo, kasi nahihirapan kang sumakay."

"Symbiotize -- shunga ka talaga!!! Sympathize 'yung ibig mong sabihin!!"

"Hi! Hi! Hi! Magkaiba ba 'yun? Magkatunog kasi!"

"Heh! Yung ibig sabihin nang symbiotize, e... yung 'relationship of mutual benefit." Wala naman tayong relasyon..."

"Diba, mag-jowa tayo? Hi! Hi! Hi!"

"Huy, nung Valentine's day pa 'yun -- expired na 'yun! Isang araw na kasunduan lang 'yun, diba?"

"Aba, pwede naman nating dagdagan ng extension! Hi! Hi! Hi!"

Natigilan saglit si Vince. Gusto na nitong sabihin kay Vina na -- totohanin na ang pagkakarooon ng relasyon. Pero, nag-alangan ito, natakot na baka pagtawanan lang siya. Sa halip ay pagalit na sumagot na lang ito para maitago ang nararamdaman.

"Shunga-shunga ka lang talaga!"

"Di bale, maganda naman! As in -- super-duper na maganda!!! Kaya nga gustong-gusto mo akong kasabay, e!"

"Ewan ko sa 'yo!"

* * * * * * * * * *

Magkaiba man ang mundong ginagalawan, naging komportable sila sa isa't isa. Siguro, ang pagkakaiba nila ang naging dahilan kaya naging malaya sila sa pakikitungo sa bawat isa. Ang paminsan-minsan nilang pagkakasabay ay nasundan ng marami pang beses, hanggang ito ay naging palagian na.

"Bakit naman ang bagal-bagal mong sumakay," pagalit ni Vina, "nagpupumilit pa tuloy yung mama na sumakay dito sa harap!"

"Pasens'ya na -- hindi kasi kita nakita agad!" sagot ni Vince.

"Anooooo? Hindi mo ako nakita? Itong ganda kong ito -hindi mo ako nakita? Ano ka bulag -- may diperens'ya ba ang mata mo?"

"Asuss! Nagbuhat na naman ito ng sariling bangko niya!"

"Bakit -- totoo naman, a! Kaya nga siguro nagpupumilit sumakay yung mama -- e, dahil ang ganda-ganda ko! Swerte mo -- hindi ko siya pinasakay!"

"E, bakit hindi mo pinasakay?"

"Hi! Hi! Hi! Ang baho kasi -- saka, mas pogi ka!!"

"Ha! Ha! Ha!"

Dahil naging palagian na ang kanilang pagsasabay, napagkasunduan ng dalawa na magbigayan ng kani-kanilang number sa cellphone. Nagtatawagan na lang sila para malaman kung anong oras sila uuwi ng sabay.

* * * * * * * * * *

Isang gabi, habang nasa biyahe pa sila, nagtanong si Vince.

"Vin, hindi ka ba natutulog sa bahay pagdating mo?"

"N-Natutulog naman! Bakit mo naitanong?"

"E, kasi nga po, bakit lagi kang inaantok at natutulog sa biyahe?"

"Hah? Ano... e... uhummm... kasi po, naglalaba at naglilinis pa po ako ng bahay namin. Hindi naman ako pareho mo na... senyorito pagdating sa bahay!"

"Araw-araw... naglalaba ka... naglilinis ng bahay?"

"S-Syempre... hindi naman. Minsan, nagbabasa-basa ako o kaya nanonood ng TV. Mahirap din kasing matulog tuwing umaga."

"Sabagay, tama ka doon. Kahit ako, paminsan-minsan, hindi rin makatulog kapag may araw pa."

"Hi! Hi! Hi! Saka, nasa lahi namin 'yung pagiging antukin! Para kaming gagamba... hipan mo lang ng kaunti... nakakatulog na! Teka, teka... bakit mo naman naitanong ito?"

"W-Wala lang," sagot ni Vince. "Worried lang kasi ako sa iyo. Kasi, ang dami nang loko-loko ngayon... katulad nung may nakasabay tayong manyakis..."

"Uyyy, touched naman ako! Worried sa akin ang kaibigan ko!" wika ni Vina.

"Syempre naman, worried ako sa iyo! Ayoko naman na mapahamak ka sa daan. Kaya nga hangga't maaari, nagpapaumaga ako sa trabaho para magkasabay tayo!"

Lubhang natuwa si Vina nang marinig ito, "Sige na po, Manong. Tuwing hindi kita kasabay, sisiguraduhin kong hindi ako matutulog sa jeep."

"Hmmmp! Paano mo naman masisiguro 'yon? E, antukin ka nga!"

"Oo nga pala ano!" sagot ni Vina, sabay nagbiro, "E, di kung worried ka sa akin… tuwing hindi kita kasabay… e, di lagi mo na lang akong sabayan!"

Nagulat si Vina sa sagot ni Vince.

"SIGE!"

"A-Ano? Huy, seryoso ka ba?" wika ni Vina, halatang hindi inaasahan ang sagot ng binata.

"Oo, naman! Pwede naman kasi akong tumambay dun sa opisina namin kahit wala akong ginagawa," paliwanag ni Vince. "Basta kapag uuwi ka na, tawagan mo ako, para sabay tayo."

Parang may bumara sa lalamunan ni Vina. Sobrang nabagbag ang damdamin sa ginagawang pag-aalala sa kanya ng kaibigan.

"S-Seryoso, Vince -- hindi ka nagbibiro? Okay lang naman ako… hindi mo naman kailangang gawin…"

"ANG KULIIITTTT! Oo, sabi, e! Wala naman akong ginagawa sa bahay. Pwede ko ring gawin 'yung ibang project ko dun sa office. Saka, aircon doon… mas malamig. Okay… maliwanag na?"

Tumango si Vina, "Pero… bakit?"

"Ayoko kasing nag-aalala sa iyo. Hindi rin naman ako mapakali kapag hindi ko alam kung safe ka na o hindi. So, magsabay na lang tayo tuwing uwian mo para hindi na rin ako nag-aalala."

Tumungo si Vina. Kunwari ay may hinahanap. Ayaw ipakitang naluluha dahil sobrang naantig ang puso nito. Upang hindi mahalata ay nagbiro ito.

"B-Basta, ikaw lagi ang magbabayad?"

"Oo ba!"

"Hi! Hi! Hi! Pati 'yung breakfast natin kina Aling Marina... ililibre mo?"

Natawa si Vince.

"Oo na, Oo na! Ikaw talaga, laging pagkain ang nasa utak...!"

* * * * * * * * *

Kasunod ng pagsasabay nila sa umaga ay ang palagian na rin nilang pagkain ng agahan sa carinderia ni Aling Marina. Parang naging ritwal na ito sa kanila. Kadalasan ay inaabot na sila dito ng umaga sa kakak'wentuhan lang.

Madalas kapag naiisipan nila, nagpapalipas sila ng oras sa malapit na park doon. Nauupo lang sila sa bangko doon o kahit na sa damuhan lang. MInsan nag-uusap, nagkukulitan, naghaharutan na parang mga bata. Paminsan-minsan naman ay tahimik lang silang nakaupo habang hinihintay ang paglipas ng oras.

"Uy, Vince, hindi ka ba nahihiya na kasama mo ay isang GRO?"

"Bakit, ikaw ba nahihiya sa akin?" b'welta ni Vince.

"Syempre, hindi... pero... GRO ako...?"

"Bakit nahihiya ka bang maging GRO?

"H-Hindi! Kaya lang..."

"Hindi pala... e bakit ako mahihiya?"

"Kasi..."

"... kasi GRO ka? Diba, sabi mo nga noon... at least binubuhay mo ang sarili mo... na hindi galing sa nakaw o kurakot! Hindi ka naman killer o terorista... bakit kita ikahihiya?"

Sabay bumanat ng kanta si Vince.

"Bakit ako mahihiya?

Kung sa iyo'y liligaya..."

"Huy, Vince, tumigil ka nga!" awat ni Vina habang pilit tinatakpan ang bibig ng kaibigan. "Pinagtitinginan na tayo ng mga dumadaan! Hi! Hi! Hi!"

"Ha! Ha! Ha!"

9
Kapag Tumibok ang Puso

Inabutan ni Vince si Vina na tawa ng tawa pagbalik niya habang dala-dala ang inorder nilang pagkain.

"Hi! Hi! Hi!"

"O, bakit para kang sira ulong tawa ng tawa d'yan?"

"Hi! Hi! Hi! E, kasi si Aling Marina -- akalain mo bang sabihin na... super-pogi daw ng boyfriend ko," paliwanag nito.

"Huh? Sinong boyfriend mo?" tanong ni Vince sabay tingin sa paligid.

"Hi! Hi! Hi! Selos ka naman! H'wag ka nang maghanap... ikaw 'yung tinutukoy ni Aling Marina!"

"Ako? Ako pala! Ha! Ha! Ha!"

"Masaya ka na? Hindi ka na nagseselos d'yan?"

"H-Hindi naman ako nagseselos -- bakit naman ako magseselos?"

"Whooo! Kunyari ka pa! E, nung sabihin ko 'yung tungkol sa boyfriend ko -- kandahaba ang ulo mo sa kahahanap! Hi! Hi! Hi!"

"Hindi a!" matinding pagtanggi ni Vince, "Ano... ahhh... curious lang -- curious lang ako. Saka, gusto ko lang makita kung mas pogi sa akin yung akala kong boyfriend mo. E, ako pala 'yun -- so okay na!"

Napasimangot sandali si Vina sa sagot na narinig, halatang hindi ito nagustuhan. Hindi naman ito napansin ni Vince.

"Hmmp! Ako, magseselos -- NEVAHHH! Ehem, ehemm... ano naman ang sinabi mo?" tuloy tanong nito.

"WALAAA!" padabog na sagot ni Vina. Halos pabagsak nitong ibinaba ang dala-dalang mga pagkain.

Halos mapatalon si Vince sa pagkakagulat.

"Huy, anyare sa iyo at bigla ka d'yang nagdabog? Muntik na matapon yung mga pagkain, a! Meron ka ba ngayon?"

Tumingin ng pairap si Vina pero hindi sumagot.

"Ano, hindi ka na sumagot d'yan! Ummm, sigurado ako, tuwang-tuwa ka nang mapagkamalan ni Aling Marina na boyfriend mo ako, diba? AMININ! Hehehe! Itong gandang lalaki ko ba namang ito -- sino ba naman ang hindi magiging proud!"

Dahil medyo naimbyerna, naisipan ni Vina na mang-asar.

"Hah! Ako matutuwa... magiging proud... nang dahil sa iyo? Ano ka... sines'werte? *(Sigh!)* Ang sabi ko... hindi kita pwedeng maging boyfriend kasi... maliban sa 'poor' ka na -- hindi mo pa kayang tustusan ang mga luho ko! Hmmp! Aanhin ko naman ang kapogian mo -- kung wala ka namang datung! Wizz na lang! TSE!!"

"ARUYKO! Masyado mo naman akong minaliit. Hoy, FYI... rich din ako -- may datung din 'to! Kung pera-pera din lang ang pag-uusapan -- marami din naman akong..."

"Kaya mo akong ibili ng iPhone -- 'yung pinaka-latest model?" b'welta ni Vina.

"Ngiiii! iPhone? H-Hindi!"

"Ummm! Kaya mo akong sustentuhan -- 'yung mga twenty hanggang thirty thousand pesoses kada linggo? P'wede na ring... in dollars!"

"(Ulk!) Hindi din! Kahit pesos nga hindi ko kaya -- dollars pa!"

"Haayyy, naku... so sad naman life mo! Mmmmm... e, ibili ako ng mga alahas... mga bril'yantitos -- kaya mo?"

"Ahhh... 'yung mga binibili sa Divisoria?"

"Asuusss! Hindi 'yon! 'Yung mga tunay... tulad ng diamante, ginto... silver -- kaya mo 'yon?

"Hindi rin!"

* * * * * * * * * *

"Hi! Hi! Hi! Akala ko ba, rich kid ka? E, anong klaseng pera ba meron ka?"

"E, di... yung pambayad dito sa kinakain natin kina Aling Marina! Ha! Ha! Ha!"

"Yaiikkks! Never mind! Please lang, Vince -- h'wag mong ipangangalandakang mayaman ka... o may pera ka -- please lang!"

"Huh? Bakit naman?"

"(Hohum!) Kasi, kung kapareho mo lang ang magiging mayaman... naku, e, wala nang mahirap!"

"Ganon? Napahiya naman ako. Nawalan tuloy ako ng self-esteem..."

"Bakit, meron ka ba noon?" hamon ni Vina.

"Hmmp! Ikaw talaga, lagi mo na lang akong dina-down..."

"Naku, Vicente... hindi kita dina-down. Hindi ko magagawa 'yun dahil -- MATAGAL KA NANG DOWN! Hi! Hi! Hi!"

Pilit bumawi si Vince.

"Uhummm... at least... at least, sabi nga ni Aling Marina... super-pogi daw ako! Hehehe! Du'n pa lang panalo ka na!"

"Hi! Hi! Hi! Naniwala ka naman -- e, sobrang malabo na ang mata ni Aling Marina. Blurred na ang tingin noon sa lahat -- kaya ang tingin sa iyo noon ay sobrang pogi -- kahit hindi!"

"Hmmp! Pogi naman ako talaga!" pilit na pagyayabang pa rin ni Vince. "Super-super pogi!"

Binara naman agad siya ni Vina, "Pogi? Super-pogi? Haaiisss! Akala ko, ako lang ang mahilig magbuhat ng sarili kong bangko? E, mas matindi ka pa pala sa akin! Hi! Hi! Hi! Muntik nang liparin ako, a!"

Hindi naman nagpadaig si Vince, " Bah! Bakit, totoo naman!"

"Hi! Hi! Hi! Okay, okay, pagbibigyan na kita -- baka umiyak ka na d'yan. Pero, excuse me... mabubuhay ba ako sa kapogian mo? Maipambibili ko ba yan ng iPhone? E, kahit yata isang kilong bigas -- hindi pwedeng ipambili 'yan. Di bale na lang... sampu-sampera na lang ang mga pogi ngayon -- ayokong mamatay ng dilat ang mata!"

"Naku, palibhasa, puro lamon ang alam mo! Saka, di rin naman kita pwedeng ligawan..."

"At bakeeet? Dahil ba... poor ka... at hindi mo ako afford! Hi! Hi! Hi!"

"Haaiiisss! Napunta na naman sa pera ang usapan. Ikaw talaga, mukha ka ng pera! Hindi 'yun ang tinutukoy ko."

"E, ano?" tanong ni Vina. "Ano pang hahanapin mo sa akin? Super ganda ko, super sexy... malambing..."

"Heh! Tumigil ka nga! Makakain ko ba ang mga 'yan?"

"Aba! Pwedeng-pwede mo akong kainin kung gusto mo. Sisiguraduhin ko sa iyo..."

"Haaay naku! Puro kalokohan ang alam mo! Kumain na nga tayo. Lumalamig na itong bopis!"

"H'wag kang mag-alala... sisiguraduhin ko sa iyong... lagi akong mainit! Hi! Hi! Hi!"

"Haaaiiisssss!!!"

* * * * * * * * * *

Nang mapag-isa na si Vina ay hindi nito maiwasang maisip ang sinabi ni Vince.

"Hmmp! Hindi daw niya ako pwedeng ligawan? Bakit kaya?"

Nalungkot ito nang maisip, *"(Sigh!) Siguro dahil na rin sa pagiging GRO ko. Sino ba namang matinong lalaki ang magseseryoso sa isang katulad ko?"*

Sa panig naman ni Vince ay ito ang naiisip niya, *"Hindi man lang ako nakapagpaliwanag dun sa sinasabi ko. Hindi ko nasabing... kaya hindi ko s'ya p'wedeng ligawan... ay dahil hindi niya ako sineseryoso. (Sigh!) Sabagay, parang ganun na nga talaga ang nangyari... "*

10
Say Cheese!

Isang gabi, habang sakay ang dalawa pauwi sa jeep, napansin ni Vina na sambakol ang mukha ni Vince. Pakiramdam niya may kinikimkim itong sama ng loob.

"Huy, partner.. bakit yata para kang toro d'yan na nag-aalburoto?"

Pilit na itinanggi ito ni Vince, "Hmmp! Hindi, a! Masama bang manahimik!"

"Hi! Hi! Hi! Hindi daw?" tukso ni Vina. "E, kitang-kita na nagngingitngit ang kaloob-looban mo! Kulang na lang na may lumabas na usok d'yan sa ilong mo sa panggigigil mo."

"Hindi naman, a! Exaggerated ka lang," tanggi ni Vince.

"*(Giggle!)* Talaga lang, ha? Tingnan mo nga ang sarili mo sa salamin... malapit nang magkabuhol-buhol 'yang kilay mo sa kasisimangot mo!"

Tiningnan ng masama ito ni Vince pero hindi kumibo.

Parang batang inamo-amo nito ang binata.

"Oh, bebe ko... sinong nang-away sa iyo? Tara, ituro mo kay Mommy at susugurin ko! Hi! Hi! Hi!"

"Ha! Ha! Ha! Ha!"

Sa harapan ng jeep sila nakaupo kaya pati ang driver ay natawa. Lalo lamang itong ikinagalit ni Vince.

Tiningnan nito ng masama ang driver sabay inirapan at sinimangutan si Vina.

Napahiya si Mamang driver at itinutok ang atens'yon sa pagda-drive.

Bahagyang niyapos ito ni Vina habang inaamo, "O, sori na, sori na, Bebe ko! Ikaw naman kasi, ang sungit-sungit mo... ayaw mo pang sabihin kung bakit galit na galit ka. Gusto ko lang namang malaman... baka may maitulong ako. Ano ba 'yon?"

Nakasimangot pa rin si Vince pero humupa na ang galit, "Hmmp! Wala... wala lang. Na bad trip lang ako sa office."

"Bakit, anong naging problema doon? Tungkol ba sa trabaho?"

"Hindi... hindi! Hmmp! H'wag mo nang alamin... wala ka namang maitutulong. Saka, di mo naman problema ito..."

"Huy, ano ka ba?!! Para ano pa at naging partners tayo? Diba dapat, yung problema ng isa... problema nating dalawa? One for all... all for one! Hi! Hi! Hi! Parang three musketeers, ano! Sige na... sabihin mo na. Malay mo, baka may maitulong ako."

Huminga muna ng malalim si Vince bago nagk'wento.

"(Sigh!) Ano kasi... habang kumakain kami ng lunch... 'yung isa kong kasamahan... ipinagyabang 'yung girlfriend niya. Nag-date kasi nung Valentine's day. Tuwang-tuwa... doon pa lang yata nakita ng personal 'yung girlfriend niya. Saksakan daw ng ganda!"

"O, tapos... anong nangyari?"

"E, di inalaska s'ya nung iba na nagyayabang lang daw s'ya. Ginawa nung tao, ipinakita yung mga pictures ng s'yota n'ya. Mukhang inubos lahat ang memory ng cellphone niya kaka-picture sa kanilang dalawa."

"Ganon! E, maganda nga ba?"

"Uhumm... maganda naman. Kaya ayun, nagkaalaskahan na. Sa bandang huli, s'ya naman ang nanghamon. Magaling lang daw kaming mang-buska... pero sa totoo lang -- wala daw kaming binesa kasi wala naman daw kaming mga syota na kasing ganda ng girlfriend niya. Puro dada lang daw ang alam namin."

"Hi! Hi! Hi! Kayo talagang mga boys -- ang bababaw ng kaligayahan. O, sige, sige... tapos ano nang nangyari?"

"Haay, naku... nagpayabangan na ang mga mokong. Naglabasan ng mga picture ng mga s'yota nila at nagpasikatan!"

"Ganon lang pala ang nangyari... e, bakit nagkakagalaite ka d'yan sa galit?"

Tiningnan muli ng masama ni Vince ang kaibigan.

"Huy, sagutin mo ako," biro ni Vina, "h'wag mo akong tingnan na parang.. uutang ka! Hi! Hi! Hi!"

Napikon at muling sumimangot si Vince, sabay umirap.

"Hi! Hi! Hi! Ito namang Bebe ko, masyadong matampuhin. Binibiro lang naman kita... para medyo lumamig naman ang ulo mo. O, sige na... ituloy mo na ang k'wento mo!"

Tumingin muna ng masama si Vince bago muling nagpatuloy.

"Haler? May girlfriend ba ako ngayon? WALA, DIBA? E, di syempre... wala akong ipinakitang picture! Haaiiss! Ayun, pinag-p'yestahan akong alaskahin ng mga mokong! Kesyo, torpe daw ako -- naturingang pogi nga daw, pero wala naman daw sex appeal. Baka nga daw... bakla pa ako! Grrrrrrr!"

"Ganon ba?" wika ni Vina, sabay kinuha ang cellphone ni Vince. Pagkatapos ay yumapos ito ng napaka-sweet dito.

"Huh? Vina, anong ginagawa mo?"

"Haay, naku -- slow ka talaga... hwag ka na lang magsalita d'yan," sagot nito habang itinataas ang cellphone, "mag-smile ka na lang sa camera. SAY CHEESE!!!"

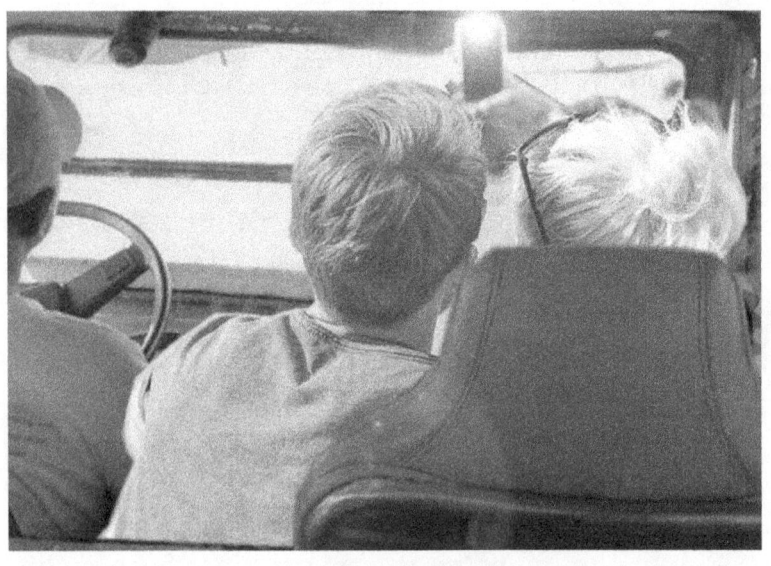

Kahit medyo naguguluhan ay ngumiti naman si Vince. Nagpalit-palit pa sila ng pose. Medyo nakakarami na sila ng pictures bago ibinalik ni Vina ang cellphone.

"Ayan, may ipakikita ka ng pictures... ng girlfriend mo... na drop-dead gorgeous... sa mga hunghang mong ka-officemates. Tingnan mo lang kung hindi tumulo ang mga laway ng mga ito sa inggit!"

"Oo nga... Oo nga!" sang-ayon naman ni Mamang driver na mabilis ding tumahimik nang tingnan muli ng masama ni Vince.

Saka lang naliwanagan si Vince sa intens'yon ni Vina.

"S-Salamat, Vin! Pero, hindi mo na kailangang gawin 'yon. Okay lang ako... lilipas din ito."

"Naku! Alam ko ang mga ugali n'yong mga lalaki! Pag wala kang ipinakikitang picture dun sa mga hunghang mong ka-officemate, hindi ka tatantanan ng mga non!"

"*(Sigh!)* Sabagay, baka tama ka doon. Alaska pa nga nila sa akin... ikakalat daw nila sa buong office na... bakla ako."

"Baka naman -- bakla ka talaga? Hi! Hi! Hi!"

"Hindi, huy!"

"Sige nga, patunayan mo sa akin... isang gabi lang. Hi! Hi! Hi!"

"Haaiissst! Ano ka ba, Vina?" inis na sagot ni Vince. Akmang lalayo ito nang hinigit siyang papalapit.

"Sus, ito naman... masyadong sensitive. Hi! Hi! Hi! Baka naman... totoo?"

Inunahan na ni Vinang yapusin si Vince bago pa ito muling lumayo.

"Okay na, okay na... stop na ako. Magseseryoso na po ako, manong. O, sige... ang tanong, bakit nga ba wala kang jowa ngayon?"

"Hmmp! Choosy lang ako. FYI, ang gaganda yata nung mga naging dating girlfriend ko!"

"Asus -- TOTOO? May pruweba ka? Bakit wala ka man lang maipakitang picture kahit nung mga ex-jowas mo???"

"W-Wala! Kasi, kapag nag-break kami -- itinatapon ko na 'yung mga pictures."

"Bakit? Bitter ka ba?"

"Hindi naman. Ano lang... kumbaga e, moving forward na. I mean... kung itatago ko pa yung mga pictures... parang love ko pa 'yung girl at hindi ako makapag-move on. Kapag break na kasi kami, itinatapon ko na 'yung mga pictures. Ayokong masabi na hindi ako nakakapag-move on. Kung ayaw na sa akin or wala na kami... ano pang point na itago ko ang mga pictures?"

"Mmmm... medyo may sense naman. E, tanong... paano kung magkabalikan kayo ulit?"

"E, di... hihingi na lang ulit ako ng pictures!"

"Ganun? Hi! Hi! Hi! Ibang klase ka rin naman! Okay, okay -- o, ngayon pasalamat ka sa akin at may maiipakita kang drop-dead-gorgeous na pictures! Hah! Kapag nakita nila ang picture natin... sigurado ako -- luluwa ang mga mata ng mga 'yun sa inggit!"

"Hindi ka rin mayabang, no," sagot ni Vince pero hindi kumontra.

"Bakit, nagsasabi lang naman ako ng totoo, a!"

Umismid si Vince pero hindi nagkumento.

"Next time nga, mag-picture-picture tayo tuwing gagala," pagpapatuloy ni Vina. "Para naman may nakikita d'yan sa cellphone mo... maliban sa sarili mo, parents mo... mga kapatid mo... Hi! Hi! Hi! at 'yung mga drawing mo! Asus... sobrang boring tingnan ang cellphone mo!"

"Bakit, ano namang masama sa mga pictures sa cellphone ko?"

"Haaay, naku... tulad nga ng sabi ko -- walang kabuhay-buhay! Maglagay ka naman d'yan ng mga exciting at memorable na mga pictures."

"Ahiiii! Bakit naman?"

"Para naman kapag nag-iisa ka... mayroon kang mga pictures na pwede mong tingnan habang nagpapalipas ka ng oras. Hi! Hi! Hi! Lalo na ang mga pictures na kasama mo ako -- diba, exciting at memorable?!!"

"Haaaiiisss! Sige na nga... tama po kayo. Opo, opo... masusunod po... senyorita!"

"Gusto mo... bigyan kita ng mga pictures kong... nakahubad? Hi! Hi! Hi!"

"Ngiiiii! Ano ka ba naman, Vina -- p'wede ba tigil-tigilan mo na nga ako!"

"Biro lang! Ikaw naman... masyadong seryoso. Hi! Hi! Hi! Pero... kung gusto mo..."

"VINAAA!!!"

"Hindi na po... titigil na po! Pero... huy, Vince - seryoso... h'wag mong buburahin ang mga pictures natin, ha? Magtatampo ako kapag binura mo 'yan. Araw-araw kong itse-tsek yang cellphone mo!"

"Opo again, senyorita... masusunod po ang hiling n'yo!"

"Hi! Hi! Hi! Hi!"

11
Say Cheese! (II)

Tulad ng sinabi ni Vina, halos lumuwa ang mga mata ng mga ka-officemate ni Vince at mamatay sa inggit nang makita ang mga pictures.

"OMG, Bro! Grabe pala sa ganda ng s'yota mo! E, nagmukhang katulong 'yung girlfriend ko, a!"

"You said it -- parang artista sa ganda! Honestly, Bro... sorry sa alaska kagabi. Your girl looks HOT! Wala sa kalingkingan ng s'yota mo ang mga s'yota namin!"

Tuwang-tuwa naman si Vince sa naririnig na mga papuri. Tama si Vina, hindi siya titigilan ng mga ito hangga't wala siyang ipinakikitang picture ng girlfriend niya.

Okay na sana ang lahat nang may isang hindi nakunbinsi at naghamon.

"Teka, wait a minute, Bro! Are you sure you're not pulling our legs? Baka naman cousin mo lang 'yang kasama mo sa picture... I mean, pwedeng pinakiusapan mo lang ito na magpakuha ng picture kasama ka?"

"Oo nga pala!" sangayon ng iba.

"Yeah, why didn't I think of it! P'wedeng mangyari 'yun!"

"No way, Bros! Kita n'yo nga... kahapon lang itong picture -- at sa jeep pa habang pauwi kami!"

"Pooh! Pooh! If I may say... malay namin... chance meeting... nakasabay mo lang 'yung chicks? You saw the opportunity... in-approach mo yung chicks... tapos pinakiusapang magkunwari ito at magpa-picture na kasama ka -- all with a promise to pay. For 500 or 1000 pesos, I know a lot of girls out there... will be more than willing to grab the chance. That's easy money!"

"That's bull!#$*!t!! Bakit ko naman gagawin..." angal ni Vince.

"C'mon, Vince... spill it out! How do you expect us to believe you... that out of the blue -- biglang-biglang naisipan mong mag-picture-taking kayo ng syota mo? Samantalang, all this time... ni wala ka... kahit isang picture nito sa cellphone mo? Don't you find it weird? For me, I find it... FISHY!"

"Same here, same here!" sangayon ng iba.

"Hey, guys... this is getting out of hand. Bakit ko naman gagawin 'yon? You asked for proof -- tapos ngayong may ipinakikita ako -- nagdududa kayo? Let's be fair naman..."

Bigla natigil ang pagtatalo nila nang biglang tumunog ang intercom.

"Yes?"

"Creative Design Department?"

"Uhum, Daniel Falcon speaking!"

"Sir, guard po sa entrance ito. Umm, may visitor po para kay Sir Vince Montenegro!"

"Bro, visitor mo daw? May client call ka ba ngayon?"

Laking gulat si Vince nang marinig ito. Wala siyang inaasahang appointment, lalo na sa oras na iyon.

"Huh! Visitor? Para sa akin? Baka naman nagkakamali 'yung guard?"

"Hindi, e! Sabi mismo nung guard... visitor mo daw. Pangalan mo mismo ang sinabi."

"S-Siguro nga... kliyente 'yun. Wala namang nakakakilala sa akin dito maliban sa mga ito."

"Pero, Bro... it night time already -- way, way past working hours to be exact! Sino ba namang matinong client ang pupunta ng ganitong oras?"

"Oo nga!" sangayon ng isa. "Sinong kliyente ang dadalaw ng after office hours."

"Ngiiii! Baka naman -- MULTO!" hirit ng isa.

"Huy, tumigil ka nga!" pagalit ni Vince. "May multo bang nakakausap ng guard?"

Nagkatinginan sila. Pare-parehong nagtataka at nalilito. Hindi kasi normal na magkaroon sila ng bisita sa opisina -- lalong-lalo na sa gabi. Kadalasan, kung may kliyente man silang pumupunta doon ay sa umaga at ang mga account executives nila ang hinahanap.

"Sir? Sir?"

Parang nagising silang lahat nang marinig ang boses mula sa intercom. Muling sinagot ito ni Daniel.

"Errr... from what company daw yung visitor?"

"Sandali lang, Sir... itatanong ko," sagot ng guard.

Mula sa intercom ay bahagya nilang narinig na nagtatanong ang guard.

Muling nagsalita ang guard sa intercom.

"Sir... wala po, daw!"

"W-Wala -- hindi kliyente?!!! Paanong... anong... errr... sorry, sorry. I mean... sino ba talaga itong bisita ni Mr. Montenegro?"

"Sir, personal daw pong bisita siya ni Sir Montenegro."

Bumaling kay Vince ito, "Bro, personal mo daw na bisita!"

"Bisita... personal? Sino naman ang bibisita sa akin? Wala naman akong..."

Nagkatinginan ang apat. Hindi na nakatiiis si Daniel at tinanong ang guard.

"Guard, sino daw yung bisita ni Mr. Montenegro?"

"Sir... ehemm... GIRLFRIEND DAW NIYA!"

"GIRLFRIEND!" sabay-sabay silang napahiyaw.

12
Napag-tripan Lang

Nagsigurado si Daniel at muling tinanong ang guard. "Are you sure... girlfriend ni Mr. Montenegro ang naand'yan?" tanong ni Daniel.

"Yes, Sir!" sagot sa kabilang linya.

Napatingin si Daniel kay Vince at pilyong napangiti.

"*(Snicker!)* Ganon ba? Okay, send her in. Sasalubungin na lang ito ni Mr. Montenegro on the way.

SHOCK SI VINCE! Natulala, hindi malaman ang gagawin.

"O, Bro... what are you waiting for?" tanong ni Daniel. "Your hot girlfriend is here. Go and meet her!"

"Oo nga! Oo nga!"

"Sige nga, Vince... we want to also meet your girl... at nang makita namin mismo kung hindi mo kami binobola sa girlfriend mo -- and if she really is that... drop-dead gorgeous!"

"Wait! Wait!" tanggi ni Vince. Nalilito ito at naguguluhan sa mga pangyayari.

"*(Giggle!)* O, bakit, Bro? Why the hesitation? Naand'yan ang GF mo -- dinadalaw ka... hindi ba dapat ay salubungin mo siya -- with open arms? Ha! Ha! Ha! Is something... wrong?"

"W-Wala... wala naman," ang tanging naisagot na lang ni Vince habang pinipilit na ikalma ang sarili.

"Don't tell me... binobola mo lang kami tungkol dun sa ipinakita mo sa aming... super-HOT na GF mo? Oh, my, we will definitely be disappointed. But, hey, NO -- alam naman naming... nagsasabi ka nang totoo. Diba, guys?"

Nakangiting nakakalokong nagtanguan ang mga naandoon.

"WWWELLLL... this is your chance to prove it to us! Seeing is believing!"

"Oo! Oo, tama!"

Daig pa ang baboy na lilitsunin ang pakiramdam ni Vince. Pinagpapawisan ito nang hindi niya mawari kahit napakalamig sa loob ng kwarto nila. Hindi pa rin nito mawari kung anong nangyayari.

"(Sob!) Girlfriend ko daw? E, wala naman akong girlfriend!" dismayadong naisip nito. *"Kung EX ko naman -- bakit naman ako pupuntahan dito? Sinong pupunta dito para dalawin ako?"*

"Hey, Mister Lover Boy... what are you waiting for? Go meet your HOT girlfriend! Baka naiinip na yun! *(Giggle!)"*

Walang nagawa si Vince kung hindi pumunta na sa lobby. Tulirong tinatanong ang sarili.

"GIRLFRIEND... GIRLFRIEND??? SINONG GIRLFRIEND 'YUN?"

* * * * * * * * * *

Habang naglalakad si Vince, nararamdaman niya na kasunod na kasunod din sa likuran niya ang mga kasamahan. Alam niyang hindi papalagpasin ng mga ito ang pagkakataong makita ang ipinagmamalaki niyang girlfriend.

"OMG! Ang mga hunghang...parang mga asong nasisiraan ng ulo sa pagsunod sa akin! Ugh! Kulang na lang tumulo ang mga laway ng mga ito. Lord, HELLLPPP! Ano ba itong kapalpakang napasukan ko?"

Lalong nadismaya si Vince nang mamataan si Aling Osang sa may lobby. Nang makita siya ay nakangiting lumakad ito pasalubong at buong tamis na bumati.

"Halooo, darlinggg!" hiyaw nito sabay kumaway-kaway pa.

"(Groan!) OH, NOOOO! Si Aling Osang pala!" nanlulumong nasambit nito habang sinasalubong ang matanda. Halos manglambot ang mga tuhod nito sa sama ng loob at hindi na halos makayanang makalakad

Si Aling Osang ay ang matandang tindera na may carinderia malapit sa building nila. Dahil kilala na ito doon, nagagawa nitong magdeliver ng pagkain sa iba't ibang opisina sa loob mismo ng building. Suki silang umo-order ng pagkain dito lalo na kapag malalim na ang gabi at sarado na ang canteen. Masayahin ito at mapag-biro. Sa katagalan na nito doon ay naging kapalagayang-loob at kabiruan na ito ng nakakarami -- kasama na rito si Vince at ng mga kasamahan niya.

Mula sa likod ay dinig na dinig ni Vince ang hagalpakan ng tawa ng mga kasamahan niya.

"Ha! Ha! Ha!"

"Si Aling Osang pala ang jowa ni Vince! Bwahahahaha!"

"Hyuk! Hyuk!"

"So that's his HOT girlfriend! Ahihihihi!"

"Har! Har! Har!"

"Drop-dead indeed! Ha! Ha! Ha! Sobrang bigat... nakakamatay! Ahahahaha!"

Napapikit na lang si Vince. Hiyang-hiya sa pangyayari. Hindi maiwasang maalala nito si Vina.

"Ahiiiii! Bakit ba ako nakinig at naniwala kay Vina? Palpak, palpak ang plano!"

Hindi nito mapigilang magalit sa dalaga.

"Haaiiisss! Pahamak ka Vina! Kung hindi mo ipinilit na ipagyabang ko ikaw na girlfriend ko -- hindi aabot sa ganito ang pangyayari. Ahhhh! Lalo tuloy nila akong aasarin ng mga mokong na mga ito!!! Naku, Vina... lagot ka sa akin bukas kapag nagkita tayo! Grrrrr!"

13
Special Offer

Nagulat si Vince nang biglang lumiko at pumasok sa isang opisina si Aling Osang.

"Huh? Hindi pala ako ang sadya ni Aling Osang! P-Pero... pero, sino 'yung pumunta ditong bisita ko daw... na girlfriend ko pa?"

Pagliko ng matanda ay bumungad sa paningin niya si...

VINA!

Hindi makapaniwala si Vince nang makita ang kaibigan! Nakasuot ito ng fitting na black dress na lalong nagpahubog sa maganda nitong katawan. Ang mala-rosas na kutis nito ay lalong pinatingkad ng suot nito. Bahagyang-bahagya lang ang make-up pero lutang na lutang ang kagandahan nito. Akala mo ay isa itong anghel na bumaba sa langit!

Ngumiti ito at kumaway sa kanya. Napako sa kinatatayuan niya si Vince. Ramdam din niya ang epekto ng kagandahan ni Vina sa mga kasamahan niyang nasa di kalayuan.

Lumapit sa kanya si Vina at hinawakan siya sa kamay. Padampi siyang hinalikan nito sa labi.

"Sorry, Hon... naistorbo ba kita?" nakangiting wika nito. "Kasi... napadaan ako sa malapit dito... naisipan kong dalawin ka! Can you believe it -- miss na kita agad!"

Tulala pa rin si Vince. Hindi makapaniwalang hinalikan siya. Simpleng sinipa ito ni Vina sa binti.

Tahimik na napaaray ito. Inilapit ni Vina ang bibig sa tenga nito.

"Huy, Vicente!" ibinulong nito, *"umarte ka naman. Nanonood 'yung mga kasamahan mo sa likod,"* sabay ngumiti.

Dahil malayo ang mga kasamahan, hindi nito naririnig ang usapan nila. Aakalain mo ay may ibinubulong na matatamis na salita si Vina.

Pero si Vina naman ang nabigla sa sumunod na pangyayari. Dahan dahan siyang hinigit ni Vince at niyakap nang buong pagmamahal.

Inggit na inggit naman ang mga kasamahan ni Vince.

"OMG Bro... nakakainggit si Vince! His girl really is HOOOTTTT!"

"VAVAVOOOMMMM!"

"I'm seeing it and I still can't believe it! Sobrang kinis at mamula-mula pa ang kutis nito. She looks like an angel!"

"Mga Bro, I'm pretty sure... sobrang lambot ng katawan n'yan! *(Groan!)* Uhummm... makayakap lang ako ng ganyan... pwede na akong kuhanin ni Lord!"

Kunwari ay doon lang sila napansin ni Vina at nginitian ang mga ito. Halos magtatalon ang mga ito sa tuwa.

"Vince," mahinang tanong ni Vina, habang nakangiti pa rin sa mga kasamahan nito. *"... anong ginagawa mo?"*

"Diba sabi mo... umarte ako? O, di ayan... para lalo silang maniwala... niyayakap kita ng sobrang sweet!"

Sa totoo lang, sinasamantala din ni Vince ang pagkakataon upang magkaroon ng dahilang mayakap ng husto si Vina.

"Ehem, ehem! Mukhang naniniwala na naman ang mga kumags," wika ni Vina, *"pero... teka, teka... masyadong masikip ang yakap mo! Di na ako makahinga!"*

Pabebe lang si Vina sa pag-angal pero ang totoo ay tuwang-tuwa ito at ayaw lang magpahalata.

Nahihiyang kumalas si Vince pero nanatili itong hawak ang mga kamay ng dalaga, "Heheh! Sori, sori," pasimple nitong sinabi. Nang medyo nahimasmasan ito ay saka nagtanong, "Pero... pero, ano ito... bakit ka...?"

"Naku, itinanong mo pa? Slow ka talaga! Ayun, o... tumingin ka nga sa likod! Sigurado kasi ako... na hindi basta-basta maniniwala 'yung mga kasamahan mo dun sa mga pictures lang natin. Malamang, magduda ang mga 'yun... kasi, bigla-bigla lang 'yung pagpapakita mo ng picture. For sure, maghahanap pa ang mga 'yan ng solid na proof. Kaya, eto... pumunta ako!"

"(Sigh!) Alam mo... tama ka... para kang may six-sense... ganun na ganun nga ang nangyari. Ginigisa na nga nila ako kanina lang."

"Hmmp! Kitam, tama ako!" tagumpay na sagot ni Vina. "O, ano pang hinihintay mo... e, di magyabang ka na sa mga kasamahan mo!"

Lumingon si Vince at nginitian ang mga kasamahan na parang sinasabing.

"ANO NANINIWALA NA KAYO?"

Parang mga aso namang nagtanguan ang mga ito.

Muling hinarap ni Vince si Vina.

"S-Salamat, Vina, nakaka-touch naman ang ginawa mo" wika nito at hindi naiwasang naibulalas ang saloobin. "K-Kaya nga... sobra-sobrang napapamahal ka na sa akin!"

Nagulat si Vina sa narinig. Hindi niya ito inaasahan. Natauhan naman si Vince at pinilit magbiro para mapagtakpan ang pagkadulas ng bibig.

"S-Syempre... mahal.. mahal ang oras mo... diba? K-Kaya... mahal na 'yung billing ko -- sigurado 'yun! Ha! Ha! Ha!"

Nakabawi na rin si Vina, "Hi! Hi! Hi! Di bale, libre muna ito -- special offer!"

"Grabe! Ang lambot-lambot pala ng katawan mo" patuloy ni Vince, "para akong nakayakap sa marshmallow! P'wede bang makayakap ulit? Ang sarap, e! He! He! He! Para mas maniwala pa sila!"

"Neknek mo! Ano ka sinuswerte? Special offer nga lang ito, diba sabi ko. Kapag yumakap ka ulit... wala nang discount o special offer -- may bayad na! Hi! Hi! Hi!"

"Ahiiiii! H'wag na, h'wag na! Okay na 'tong special offer! Ha! Ha! Ha!"

Lalong nainggit ang mga kasamahan ni Vince nang makitang tila naglalambingan silang dalawa.

"OMG ulit! At naglalampungan pa yung dalawa! Grrrr! Kakagigil!!"

"Just look at them... ang sweet-sweet sa isa't isa! Kainggit!"

"Vince doesn't even want to let go of her hand!"

"Bro, kahit naman ako... hindi ko bibitawan 'yun!"

"O, paano?" wika ni Vina, "tapos na ang drama ko. Mission accomplished... aalis na ako!"

"Hatid kita?"

"H'wag na! Paglabas lang naman... sakayan na. Balik ka na sa trabaho mo!"

"S-Sige! Vina... thank you ulit, ha!"

"Okay lang 'yun partner...," wika ni Vina, "alam mo namang... mahal... uhummm.... este, malakas ka sa akin!"

Pero sa halip na tumalikod agad ay lumapit ito at dinampian muli ng halik sa labi si Vince. Pagkatapos ay parang hiyang-hiyang tumalikod ito, sabay mabilis na lumakad papalayo.

"Babaaay!" wika nito habang kumakaway nang patalikod.

"Ba... bay!" tulalang nasabi na lang ni Vince, haplos-haplos ang mga bibig. "I-Ingat ka!"

"Eeaayowwww!" hiyawan naman ng mga kasamahan niya sa malayo.

* * * * * * * * * *

Sa saksakyan, natatawang, naiiling si Vina habang kinakausap ang sarili.

"Sobra-sobrang napapamahal na raw ako sa kanya? Haaay! Ang sarap pakinggan noon! Mas masarap siguro pakinggan... kung totoo! Hi! Hi! Hi!"

Naalala nito nang dampian niya ng halik ang binata.

"(Giggle!) Bakit ko ba ginawa 'yun? P'wede namang pumunta lang ako doon at nagpakita... saka

umalis. Pero… bakit hinalikan ko pa si Vince? Hi! Hi! Hi! Assuuuss! Kunwari pa ako… e, talagang sinamantala ko lang ang pagkakataon… para mahalikan ito. (Giggle!) Kunwari pa… special offer -- ahiiii!!!! Nakahalata kaya 'yung kumag?" Hi! Hi! Hi! Haay, naku… kapag tumibok talaga ang puso… kung anu-ano ang nagagawa mo…"

At tumuloy itong kumanta.

"Kapag tumibok ang puso,

Wala ka nang magagawa,

Kung 'di sundin ito…"

"Kapag tumibok ang puso…"

Wala itong pakialam kahit pinagtitinginan pa siya ng mga kasabay sa jeep.

14
I Love You, Totoo Ito

* * * * * * * *

"Some people care too much.
I think it's called love."

* * * * * * * *

"**B**akit yata parang maputla ang itsura ni Vince," nag-aalalang naisip ni Vina. Kasalukuyang paparating ang sinasakyan niyang jeep sa pinaghihintayan ng kaibigan.

Datirati, dumarating pa lang ang jeep ay tumatakbo na si Vince pasalubong. Pero ngayon ay hinintay pa niya na huminto sa mismong harapan ang jeep, bago dahan-dahang lumakad papalapit. Pilit man nitong itinatago ay halatang may inindang sakit sa katawan.

Nang sumakay na siya ay parang hinang-hina at medyo nakangiwi. Lalong nag-aalala si Vina. Kinapa ang kaibigan at kinabahan.

"Vince... bakit parang mainit ka yata?"

"Uhm... a-ako... mainit? H-Hindi, a!"

Kinapa muli ito ni Vina sa noo.

"Hindi, talagang mainit ka! Saka, bakit pinagpapawisan ka ng husto?"

"(Ugh!) W-Wala lang 'to... wala lang 'to. Pagod lang siguro ako..."

Hinarap ito ni Vina at pinagmasdan nang husto.

"Hindi, Vince... sigurado akong may nararamdaman kang masama. Kitang-kita sa itsura mo -- hindi ako p'wedeng magkamali. T-Tingnan mo... namumutla ka. Aminin mo na, Vince -- masama ang pakiramdam mo , ano?"

"Uhmm... h-hindi... hindi!" tanggi pa rin Vince pero hindi na maitago ang pamimilipit dahil sa sakit.

"Huy! Anong nangyayari sa iyo? Anong masakit sa iyo -- Vince, Vince?!!"

Hindi na natiis ni Vince ang nararamdamang sakit at napilitang magsabi ng katotohanan.

"Ahhh, ahhh! A-Aray! Ano kasi... a-ang t'yan ko... kanina pa masakit, e! Hindi ko maintindihan... pumipitik-pitik ang sakit! Aray ko! Aray ko! Ahh, ahhh... b-bakit... bakit p-parang umiikot ang paligid..."

Hindi na nito natapos ang sinasabi dahil bigla itong nawalan ng malay.

"VINCE! VINCE!!!"

* * * * * * * * *

Halos mapudpod ang sapatos ni Vina sa kakaikot ng lakad habang nasa loob ng operating room si Vince. Namamaga na ang appendix nito at kinakailangang maoperahan para maiwasan ang komplikasyon. Pakiramdam ng dalaga ay napakatagal ng operasyon kahit wala pang isang oras ang nakakalipas simula ng ipinasok ang kaibigan.

* * * * * * * * *

Nang ilabas si Vince mula sa operating room ay agad niyang sinalubong ang doktor.

"Dok, Dok... kamusta na po siya?"

"H'wag na kayong mag-alala. Ligtas na siya. Mabuti na lang at naagapan natin. Okay na siya, pero... for the meantime, dadalhin muna natin siya sa recovery room for observation -- para makasigurado lang... and then, kapag okay na ang lahat... dadalhin na natin siya sa kwarto niya."

Parang nabunutan ng tinik sa dibdib si Vina. Bumuhos ang luha sa mga mata nito. Abot-abot ang pasasalamat nito sa doktor.

"Thank you, Dok... thank you!"

Pagpasok sa recovery room ay akmang susunod si Vina pero pinigilan siya ng mga staff doon.

"Sori po, Ma'am... hanggang dito na lang po kayo. Bawal po sa loob. Hintayin n'yo na lang po siya sa kwarto niya kapag inilabas na dito."

"B-Baka naman pwedeng... kahit sandali ay makita ko man lang siya? Please?"

Nag-alangan ang mga nakapaligid kay Vina. Nararamdaman nila ang paghihinagpis nito. Napatingin ang lahat sa head nurse.

Matagal na pinagmasdan ng head nurse si Vina. Nagdadalawang-isip kung pagbibigyan ito. Saglit na napapikit ito at bumuntung-hininga. Pagkatapos ay sumilip sandali sa loob ng kwarto. Walang ibang pasyente sa loob.

"*(Sigh!)* Sige po, Ma'am," wika nito. "Pero Sandali lang po kayo, ha? Baka po mapagalitan kami."

"Oo, Oo! Salamat... maraming salamat!"

Nang iwanan sila ng mga staff, dahan-dahang nilapitan ni Vina ang natutulog na kaibigan. Hinaplos-haplos ang noo at buhok nito habang kinakausap.

"(Sniff!) Hu! Hu! Hu! Ikaw ha... tinakot mo ako! A-Akala ko... (sniff!)... akala ko, iiwanan mo na ako! Ayoko nang gan'on ha? A-Ayokong may nangyayari sa iyong masama. Hindi lang ikaw ang nag-aalala... ako din, nag-aalala din ako sa iyo! Ayokong mapahamak ka... ayokong nagkakasakit ka... ayokong nasasaktan ka. Hu! Hu! Hu! Promise mo, ha... ka-kahit hindi na tayo friends... kahit hindi na tayo nagkikita... lagi mong aalagaan ang sarili mo. (Sniff!) Promise mo sa akin yun! Hu! Hu! Hu!"

Inilapit nito ang mukha sa kaibigan at buong pagmamahal na hinalikan sa labi.

"I love you, Vince! Akala mo -- biro-biruan lang ang lahat sa akin? Hindi -- nagkakamali ka... totoo na ito. Mahal na mahal kita!"

15
More Than You'll
Ever Know

Takot na takot si Vince. Hindi maintindihan ang nangyayari. Hindi malaman kung nasaan siya. Madilim ang paligid at parang walang katapusan. Pakiramdam niya ay paikot-ikot siya sa walang-kawalan. Sari-saring ingay ang pumapasok at gumugulo sa kanyang guni-guni. Iba't ibang imahe ang nagpapalit-palitan sa mga paligid. Si Mommy at Daddy... pati na ang mga kapatid niya. Mga kaibigan, pati na ang iba pang kakilala. AT SI VINA! Laking pasasalamat niya tuwing nakikita ang imahe nito. Ito ang nagpapalakas ng loob niya. Ito ang naging sandalan niya.

Nag-iilusyon ba siya o nananaginip?

Sa kabila ng ingay at kadiliman, may naririnig siyang boses na nangingibabaw sa lahat. Kahit napakahina nito, kahit tila napakalayo nito... sapat na ito para mapakalma siya.

"I love you, Vince! I love you, Vince! Mahal na mahal kita!"

Ito ang mga katagang paulit-ulit niyang naririnig. Nangiti si Vince. Nawala ang lahat ng takot. Napakatamis sa pandinig ang mga katagang ito.

Unti-unting lumiliwanag na ang kanyang paligid.

* * * * * * * * * *

"Vince?"

Parang isang pana na pumukaw sa isipan ni Vince ang boses na narinig.

"Vince? Vince?"

Unti-unting iminulat nito ang mga mata. Sumalubong sa kanya ang maamong mukha ni Vina. Walang pagsidlan ng kaligayahan si Vince. Daig pa niya ang nasa langit sa nararamdaman.

"VINCE!!!"

Tuwang-tuwang niyakap siya ni Vina.

(Sniff!) Hu! Hu! Hu! Akala ko iniwanan mo na ako! Hu! Hu! Hu! Kainis ka... ayoko ng ganyan, ha? Muntik na akong mamatay sa takot! *(Sniff!)* Sa susunod na gawin mo pa 'yan... waaahhhh!!!"

"Shhhhh! Tahan na... tahan na!" wika ni Vince. "Uhmm! Buhay pa naman ako... baka akalain ng mga tao... may kinakatay na baboy dito!"

SPLAAKK!

Galit na pinalo siya ni Vina sa balikat.

"ARAY!"

"Halos maluka-luka na nga ako sa takot," pagalit ni Vina, "nakukuha mo pa d'yang magbiro!"

Mugto at pulang-pula pa ang mga mata ni Vina dahil sa kaiiyak. Nabagbag ang puso ni Vince sa nasaksihan. Kinabig nito ang kaibigan at niyapos ito.

"Sori, sori na!"

"Hu! Hu! Hu! H'wag mo nang uulitin 'yon, ha! Hindi ko na kaya! Hu! Hu! Hu!"

Puno ng pagmamahal na hinaplos-haplos ni Vince ang buhok ni Vina, sabay hinalikan ito sa noo.

"Hindi na po, Ate... pangako!"

* * * * * * * * * *

"A-Anong nangyari? Nasaan ako?" tanong ni Vince.

"Sa hospital... sa k'warto mo," sagot ni Vina. "Inoperahan ka at kalilipat lang sa iyo dito, galing sa Recovery Room."

"Hah! B-Bakit... papaano? Ang huli kong natandaan, e 'yung bigla akong nahilo... tapos, wala na akong natatandaan!"

"Hinimatay ka nga kasi... at isinugod kita dito. Namamaga na pala ang appendix mo... hindi mo pa alam," kwento ni Vina. "Grabe na daw ang pagkamaga nito at may mga nana na. Swerte at naagapan pa... kung pumutok daw ito..."

"... tigok na ako?" pagtatapos ni Vince.

Galit na tiningnan siya ni Vina.

"Sori... sori ulit," sabi ni Vince, "hindi na mauulit... promise!"

Hindi sumagot si Vina pero nakita ni Vince na nangilid ang mga luha sa mata nito.

Si Vince na ang nagtanong para mabalik ang usapan.

"Paano mo ako nadala dito?"

Huminga muna ng malalim si Vina bago nagpatuloy.

"*(Sigh!)* Nakiusap ako dun sa driver... pati na sa mga pasahero... na dalhin ka sa hospital. Actually, pinuwersa ko sila. Nag-iiyak ako nang husto para mapapayag sila.

Hi! Hi! Hi! Mahihiya si Bea Alonzo sa acting ko! Sayang hindi mo nakita. Binanatan ko ba naman ng mga paarte-arteng...”

“Haaiisst! Pwede ba, ituloy mo muna ‘yung kwento mo? Mam’ya na ‘yang pagyayabang mo!”

“Sus, ito naman... masyadong manira ng trip. Ummmm, nasaan na nga ba ako? A, Oo... ganoon nga ang nangyari -- -nag-iiyak ako, nag-panic mode para madala ka sa hospital. Pumayag naman agad sila. Kitang-kita naman nila na nagkikisay ka na sa tabi ko. E, yang gandang lalaki mo ba naman... tapos ako na super-maganda....”

“VINA!!!”

“(Giggle!) Oo na po... (KJ talaga ‘tong taong ito! Hi! Hi! Hi!) O, sige, tuloy na ng kwento. Mmmm... ang UST hospital ang unang nadaanan namin kaya dito ka namin dinala. Ipinasok ng driver sa loob ng UST ang jeep n’ya!

“Hah! E, di ba bawal lumiko...”

“Naku, sa oras na ‘yon -- wala nang bawal-bawal. Daig pa nga namin ang ambulans’ya dahil walang tigil ng kakabusina ‘yung driver. E, di ayun, pagdating namin sa hospital, nagulantang ‘yung mga staff doon. Sinalubong agad kami at itinakbo ka agad sa emergency room.”

Sandaling nag-isip-isip si Vince.

“Di ba mahal dito?” bigla nitong nasambit.

“Haaaiissss! Mahal kang sinasabi d’yan! Buhay mo na ang nakasalalay, iisipin ko pa ba ‘yun? Sabi nga nung doktor... kung nahuli-hili pa kami ng kaunti... (Sniff!)”

Medyo gumaralgal ang boses at hindi na natapos ang sasabihin.

"O, tahan na," wika naman ni Vince, "okay naman na ako... hwag ka nang mag-isip ng kung anu-ano."

"*(Sniff!)* K-Kasi... akala ko talaga.. iiwanan mo na ako. Alam mo yun... naandoon ka... walang malay, halos hindi na humihinga... tapos ang putla-putla mo pa. A-Ano na sa palagay mo ang iisipin ko?"

Sinikap ni Vince na pasiglahin ang tema ng usapan.

"Teka, sinong nag-fill-up nung mga forms dito?"

"Huh! E, di s'yempre ako -- sino pa?"

"Diba, no read, no write ka?"

SPLLAAAK!

Muling hinampas ito ni Vina.

"Araguy! Huy, konting hinay-hinay naman... kaoopera ko pa lang, diba?!!"

"Sori, sori! E, kasi, ikaw naman...masyado mo naman akong hinamak. Grabe ka, ha!"

"Joke lang!"

* * * * * * * * * *

Natigil ang pag-uusap nila ng may dumating na doktor at mga nurse.

"O, Mister Montenegro... kamusta na ang pakiramdam mo?" tanong ng doktor. Hindi nito naiwasang mapatingin kay Vina.

"Uhmm... medyo okey, okay na, Dok!"

Pinag-aralan ng doktor ang chart ni Vince. Halatang interesado ito kay Vina dahil pasulyap-sulyap sa direks'yon nito. Napansin naman agad ito ni Vince.

"Ummm... mukhang okay naman lahat ang mga findings," pasimula ni Dok. "Mmmmm... unless magkaroon ng complications, pwede ka na sigurong umuwi bukas."

"Naku, salamat, Dok," wika ni Vince.

"E, Dok... me mga bawal ba sa kanya?" habol ni Vina. "Saka, kailan po siya pwedeng pumasok sa trabaho, kung saka-sakali?"

"Wala namang bawal. Kapag nakadighay at nakautot na siya... pwede na s'yang simulan ng soft diet. After 2-3 days, pwede nang dahan-dahanin ang pagbalik niya sa regular diet n'ya. Siguro, after one week, p'wede na siyang pumasok."

"Thank you, Dok!"

Sinamantala nito ang pagkakataon para tanungin si Vina.

"Kayo po ba ang misis niya?" tanong ng doktor. Nagtaka si Vina at panandaliang natigilan. Sasagot na ito nang biglang sumabat si Vince.

"YES, DOK... MISIS KO SIYA!"

16

Di Ako Informed

"From friends to...
husband and wife???"

Inunahan ni Vince sa pagsagot si Vina. "Yes, Dok... misis ko siya! In fact, kakakasal lang namin!"

Gulat na napatingin si Vina. Aangal sana ito nang kinindatan siya ni Vince at nginitian. Napilitan siyang manahimik na lamang.

Halatang dumistans'ya ng kaunti ang doktor. May bahid ng panghihinayang ang boses nang muling magsalita.

"*(Sigh!)* Uhum, uhum... ganoon po ba..." sagot nito sabay umiwas ng tingin. Si Vina na lang ang hinarap nito, "Basta, alalayan n'yo lang muna si Mister habang nagpapalakas pa ito. Lalo na sa pagpunta-punta niya sa CR at kapag maliligo."

"Y-Yes, Dok!" sagot ni Vina.

Nanunutil na sumagot si Vince, *"(Giggle!)* Ah, yes, Dok... sigurado naman ako na hindi ako pababayaan ng sweetheart ko... lalo na kapag naliligo ako! Siya na lang ang paghihilurin... at pagsasabunin ko tuwing maliligo ako... ahahayyy!"

Kitang-kita ang paka-alangan ng doktor. Lalo pa siyang lumayo kay Vina at halos mautal-utal nang magsalita

"A, e... good, good! Uhumm... s-sige na at... hindi na ako magtatagal... uh, ah... para makapagpahinga na rin kayo... Mr. Montenegro. Sige po... Misis!"

* * * * * * * * * *

Pagkaalis na pagkaalis ng doktor at ng mga nurse ay mabilis na nilapitan ni Vina si Vince at malakas na hinampas ito sa balikat.

"Arekup! Ang sakit nun, a!!!"

"Haaiissst! Pasalamat ka at kaoopera mo lang -- kung hindi mas malakas pa d'yan ang natikman mo!" banta ni Vina

Akmang hahampasin na naman siya nito kaya nagkumahog na umilag si Vince.

"Ano ba -- hampas ka ng hampas d'yan... diba kaoopera ko pa lang?" angal nito. "Arruuyy! Ayan sumasakit na naman ang tahi ko!"

Nangangalit na pinigilan ni Vina ang sarili, sabay sininghalan ito, "BUTI NGA SA 'YO!!!"

"Ahiiiii! Ano bang problema mo at para kang amazonang bigla na lang na nanunugod d'yan?"

"Sira naman kasi ang ulo mo! Sukat ba namang... sabihin mong asawa mo ako?"

Dito lang naunawaan ni Vince kung bakit nag-react nang ganoon si Vina. Nakuha na nitong magbiro.

"Bakit, may angal ka? Pogi naman ako, a! Super-super pogi! Ha! Ha! Ha!"

"Asus, pinangalandakan na naman ang kag'wapuhan niya! Ahiii, sige na... pogi ka na kung pogi!

Pero, hindi naman 'yan ang issue, e! Ang tanong ko, bakit pinangalandakan mong sabihing... ASAWA MO AKO, HALEERRR?"

"Ha! Ha! Ha! 'Yon ba ang ipinagpuputok ng butsi mo? Asuss, slow ka rin pala -- mahina makiramdam!"

Umismid si Vina bago sumagot, "Hmmmp! Bakit mo naman nasabi 'yan -- aberrr?!!"

Umiling-iling si Vince habang nangingiti nang sumagot, "Aruuuu! Hindi mo ba napansin kung paano ka tingnan nung doktor? Aba, e... simula ulo hanggang paa ka nang tiningnan nito. AT... AT... kulang na lang na hubaran ka nito sa pagkakatitig sa 'yo!"

Lalong umismid si Vina, "So what? Maganda naman ako talaga! Natural lang na... magandahan siya at humanga sa akin!"

"Ayiiii! Lumabas na naman ang pagka-conceited mo!"

"Aba, aba! Totoo naman ang sinasabi ko! Sa sobrang ganda ko... nagkandaduling 'yung doktor sa katitingin sa akin. Kasalanan ko ba 'yon? Saka, ano naman ang masama doon... e, humahanga lang naman 'yung tao?"

"Hindi 'yun, e! Kung hindi ko sinabi doon na asawa kita... e, baka... dito lang mismo -- diniskartehan ka agad noon!" paliwanag ni Vince.

"Hi! Hi! Hi! Selos ka, ano? Aminin mo na! Nagseselos ka kaya nagpuputok ang butse mo d'yan!"

Pabiro lang sinabi ito ni Vina, pero sa loob-loob niya ay umaasa siyang aamin si Vince na totoo ito.

Talagang nagselos naman si Vince pero dahil nasukol at napahiya, kabaliktaran ang naging reaksiyon nito. Sa halip na umamin ay lalo pa nitong itinanggi ang tunay na nararamdaman.

"Hmmmp!!! Hindi, a! Bakit naman ako magseselos? AKO PA -- e, sandamakmak ang humahabol sa aking mga chicks!"

"Suuuss! Sandamakmak daw -- e, bakit mo sinemplang yung doktor kung hindi ka nagseselos?"

"A-Ano... kasi... kasi..."

"O, ano, hindi ka na makasagot d'yan? Aminin mo na, nagseselos ka!"

"Hindi sabi, e! Ano... ahhh... nag-aalala lang ako na baka huthutan mo ng husto yung doktor. Kawawa naman ang pamilya n'ya. Biruin mo, masisira ang buhay nu'n pati pamilya!"

Hindi umimik si Vina pero nangulimlim ang mukha. Napansin naman agad ito ni Vince at napagtanto ang pagkakamali. Nag-isip ito ng sasabihin para maibsan ang situwasyon.

"S-Seryoso... ahhh, ano, ano... b-baka... baka kasi lalong magtaka 'yung doktor kung sasabihin nating di tayo magkaanu-ano! Marami pang explanation na gagawin. So, para wala nang 'question and answer forum'... sinabi ko na lang na mag-asawa tayo. Pogi ako... maganda ka -- wala namang magtataka kung malalaman nilang mag-asawa tayo. Tapos na ang usapan -- finish na! Diba, mas mabuti 'yun?"

Umaliwalas ang mukha ng dalaga at sumang-ayon, "Sabagay, tama ka dun. Baka magtaka pa 'yun kung bakit magkasama tayo nang disoras ng gabi."

"Exactly! Eksanto mento! Advance ako mag-isip, e!" pagyayabang ni Vince.

"E, ano naman yung binanggit mong kesyo... hindi kita pababayaan... lalo na kapag naliligo ka? Kesyo, hihiluran kita... at sasabunin?"

Si Vince naman ang naalangan sa isasagot.

"Ha! Ha! Ha! 'Yun ba? Ehem... anooo... w-wala -- wala lang 'yun! P-Parinig ko lang dun sa doktor para... para lang mainggit s'ya. Napansin ko nga kasi, hindi mapuknat-puknat ang tingin nito sa iyo! Pinag-tripan ko lang -- 'y-yun lang!"

Naisipan ni Vina na siya naman ang manutil. Pinalandi nito ang boses nang muling magsalita.

"Ummmhumm... ganoon ba, Vince... talaga bang 'yun lang ang gusto mong sabihin... ummmm... o baka naman... ahhhhh... gusto mo talagang... hiluran kita at sabunin... habang naliligo ka?"

"Huy, huy, huy, Vina! Maghusay-husay ka d'yan ha! Yung doktor ang pinagti-tripan ko!"

"Owwws, baka naman... talagang gusto mo? Kunwari ka pa. Hi! Hi! Hi!" pagkasabi ay hinawakan nito ang hita si Vince, sabay hinimas-himas papataas.

"Huy, Vina... umayos ka-- tumigil ka d'yan! Nasa hospital tayo -- huy, tigil!"

Pero hindi huminto si Vina at sa halip ay lalong hinigpitan ang pagkakahawak nito sa hita ni Vince.

"Kahit naman nasa hospital tayo... pwede naman, diba?" nanunuksong wika nito. "Tamang-tama nga, kung may masama mang mangyayari sa iyo -- nasa hospital na tayo... madali kang maaagapan at magagamot. O, ano... gusto mo bang umpisahan ko na?"

Malanding hinawakan nito ang tali sa pajama at dahan-dahang tinatanggal ang pagkakabuhol nito.

"HALPSSS! Huy, Vina... tumigil ka d'yan!" hiyaw ni Vince habang pinipigilan ang mga kamay ng dalaga. "Aray, aray... baka matanggal 'yung tahi ng t'yan ko... tumigil ka na, huy!"

Pero hindi pa rin tumigil si Vina.

Inabot ni Vince ang emergency button at pinindot ito hanggang may nagdatingang mga nurse. Saka lang ito tinantanan ni Vina habang hindi mapigilan ang sarili sa katatawa!

17
Kilig To The Bones

Nang magising si Vince ay nakita niyang natutulog din sa may ulunan niya si Vina habang nakaupo sa silya. Magiliw niyang hinaplos-haplos ang ulo nito.

"(Sigh!) Grabe ang ginagawa mong tulong at sakripisyo sa akin, Vina," mahinang nasabi niya. *"Sobra, sobra. Masisisi mo ba ako... kung unti-unti ka nang napapamahal sa akin? Hindi na biro itong nararamdaman ko... seryoso na 'to..."*

Dahan-dahang hinalikan niya ito sa noo.

"Sana, laging naandito ka lang sa tabi ko... lagi-lagi!"

* * * * * * * * * *

Hindi nagtagal ay nagising na rin si Vina. Nakita niya na pinagmamasdan siya ni Vince. Napabalikwas ito.

"K-Kanina ka pa ba gising?"

"Hindi naman. Mga limang oras na," may halong panunuksong sagot ni Vince.

"Ahiii! Sobra ka naman! Hindi naman ako ganyang katagal..."

"Ha! Ha! Ha! Chill ka lang -- joke lang! Kagigising-gising ko pa rin lang. Mga fifteen minutes pa lang yata ang nakakalipas," nakangiting sagot ni Vince.

Nakahinga nang maluwag si Vina, "Whew! Akala ko, totoo na 'yung sinasabi mo!"

"Hindi. Natuwa lang akong panoorin ka habang natutulog! Ang cute mo pala kapag natutulog. Feeling ko nga, ang sarap sigurong kalapit ka at magigisnang katabi, tuwing umaga — araw-araw!" puno nang pagmamahal na naibulalas ni Vince. Nais na niyang ipaalam kay Vina ang espesyal na nararamdaman niya para dito.

"H-Hah?!!" tumalon sa tuwa ang puso ni Vina nang marinig ito. Pasimpleng sumulyap siya sa binata. Nakita niyang iba ang kislap ng mga mata nito habang nakatingin sa kanya. Medyo na-conscious siya at naramdamang namumula ang mukha.

"Haiisst! Ano ba 'to!" naisip nito. *"Kinilig naman ako masyado sa sinabi ng mokong na ito! Totoo ba 'yung pinagsasabi n'ya? Ano bang dapat kong reaks'yon? Sabihin ko rin kaya sa kanya... na mahal ko s'ya... at gusto ko rin siyang makasama ng habang buhay?"*

Muling sumulyap ito. Nakitang nakangiti si Vince.

"Ngek! E, paano kung nang-gogoyo lang ito? E, di... buking na ako?" biglang nagduda nito. *"Ahiiii! Oo nga! Oo nga! Malamang nito, pinagtitripan lang ako nito... alam na bagong gisign ako't wala pa sa wisyo. Tinitingnan kung bibigay ako. At kapag bumigay ako -- siguradong aalaskahin ako nito nang husto -- hanggang forever and forever na!"*

Dahil hindi sigurado, nagkunwari itong naiinis sa situwasyon.

"Haaiiss! Nakakahiya! Ako ang bantay, tapos... heto ako -- tutulog-tulog sa pansitan! Kainissss!" tili nito, sabay kunwari ay kinapa at pinunasan ang bibig niya.

Hindi maiwasan ni Vince na matawa. Naiba na tuloy ang tema ng usapan nila. Nalimutan na ang balak na pagtatapat.

"Hahaha! H'wag mo nang problemahin 'yan, feeling ko, napunta na lahat sa kama yung laway mo!"

Sinimangutan siya ni Vina. Lalong natawa si Vince. Natigil lang ito nang kumirot ang tiyan.

Bumawi naman si Vina, "Beh, buti nga sa 'yo! Masyado ka kasing alaskador! Hi! Hi! Hi! Magdusa ka!!!"

* * * * * * * * * *

"Vin, Vin... pakitawag mo nga yung nurse?" medyo alanganing wika ni Vince.

"Yung nurse... bakit?"

"A-Ano, e..." nahihiyang sagot ni Vince, "ahiiii! H'wag ka nang magtanong, basta... basta pakitawag ng nurse o kahit attendant. Kung p'wede 'yung lalaki, ha?"

Patayo na si Vina nang natigilan ito, "Male nurse? Bakit male nurse pa ang kailangan mo?"

"A-Ano kasi," paliwanag ni Vince, "parang naiihi ako saka nauuu. Hindi ko pa kayang lumakad papunta sa CR. Magpapalagay lang sana ako ng bedpan."

"Susss — 'yun lang ba? Magpapalagay ka lang pala ng bedpan... gusto mo pang tumawag ng nurse," sagot ni Vina, sabay tumayo at kinuha ang bedpan. Pagkatapos ay bumalik ito kay Vince. Akamang iaangat nito ang kumot nang pigilan siya.

"Huy, huy, Vina... anong ginagawa mo?"

"Ano pa — e di lalagyan ka nang bedpan para makaihi ka na at makauu!"

"ANO! Ikaw ang maglalagay? Huy, Vina... ano ka ba -- wala akong suot na..."

"Asuss!! At yun pala ang pinoproblema mo! Naku, Vince... sino ba sa palagay mo ang tumulong a mga nurse na palitan ka nang damit? Mga fairies?"

Nanlaki ang mata ni Vince, "Hah! T-Tumulong ka? Ibig mong sabihin... kasama kang nagpalit ng mga damit ko?"

Ngingiti-ngiting tumango si Vina, "Opo, senyorito! Pati yung medyas at mabaho n'yong... brief! Nag-aalangan nga 'yung mga babaeng nurse... kaya ako na lang mismo... ang nagtanggal ng brief mo! Hihihi!"

Lalong nanlaki ang mga mata ni Vince, "I-Ibig mong sabihin... nakita mo 'yung... kwan ko..."

"Hi! Hi! Hi! Nakita — ano bang pinagsasasabi mo?

"Yung... kwan... yung ano ko..."

Kunwari ay nag-isip-isip pa si Vina.

"Ummmm? Ahhhh! Yung k'wan mo siguro ang tinutukoy mo! Hay, naku, Vince... sorry, wala naman akong nakita! Hi! Hi! Hi! Baka sobrang liit... kaya hindi ko napansin! Ahihihihi!"

Halos maihi si Vina sa katatawa.

Hindi naman makapagsalita si Vince. Hiyang-hiya ito. First time lang niyang maranasan na may magpalit ng damit sa kanya — na babae pa! Mommy lang niya ang alam niyang nakagawa noon — at 'yun ay noong tatlong taong gulang siya!

"O, heto na yung bedpan mo. Hi! Hi! Hi! O, pwesto na para mailagay ko? *(Giggle!)*"

"HIndi na! Hindi na!" sagot ni Vince sabay inagaw ang bedpan kay Vina.

18
Kilig Pa More

"**G**aano katagal na ba bago ako nagising... pagkatapos akong operahan?" tanong ni Vince.

"Hmmmm! Siguro, more or less, mga labindalawang-oras na simula nung inoperahan ka," sagot ni Vina. "Bale, pangalawang araw na kasi natin dito."

Parang namalikmata si Vince at napatingin kay Vina Ngayon lang niya napagtanto na pareho pa rin ang damit na suot nito simula pa nang mawalan siya ng malay.

"K-Kawawa ka naman. Hindi ka pa nakakauwi o nakakapahinga man lang... kababantay sa akin!"

"Sheesh! Okay lang 'yun, Vince," sagot ni Vina. "Wala 'to... okay lang!"

"N-Ni hindi ka pa nakapagpapalit ng damit. Teka, teka... ibig mong sabihin... hindi ka rin nakakapasok ng club?"

"Mmmm... hindi! Pero, okay lang 'yun! H'wag mong intindihin 'yun. Mahina naman ang kita ngayong mga panahon... kuripot pa ang mga customer. Matagal pa kasi ang payday. Alam mo naman ang mga 'yun... one day millionaire lang. Pagkatapos nun — poor na naman ang mga 'yun! Hi! Hi! Hi!"

"Pero, baka makagalitan ka nang management n'yo — nung boss mo?"

"Haaay, naku! Sabi nang h'wag mo nang intindihin 'yon! (Sigh!) Nagpaalam naman ako — so, no worries... chill ka lang d'yan — h'wag ka nang mag-alala. Saka...

itong ganda ko — tatanggalin nila? Ano sila — hilo? E, di nawalan sila ng star! Hi! Hi! Hi!"

"Ahiiiii! Ikaw talaga — lahat na lang dinadaan mo sa biro! Seryoso..."

"*(Sigh!)* Sabi ko naman... okay lang — h'wag mo nang isipin 'yun."

"Pero, pero... kahit papaano... malaki rin ang nawawalang kita sa iyo."

"Sheesh — ANG KULIIITTT! Ano ka ba? Sabi nang h'wag mo nang isipin 'yun! Mani lang 'yung nawawala sa akin. Chicken feed, ika nga nang matatanda. Saka, gusto ko rin namang magbakasyon ng kaunti. Medyo, stress na rin ang beauty ko... at kailangan ko nang mag-recharge at mag-beauty rest. E, di eto na yun!"

"P-Pero...

Upang matigil na sa pag-alala si Vince ay nagbiro si Vina.

"Hi! Hi! Hi! Teka, teka! Magkalinawan nga tayo. 'Yung bang hindi ko pagpasok ang inaalala mo — o, dahil hindi ako naliligo?"

"Hah?" halatang nagulat si Vince sa biglang pagbago ng usapan.

"*(Giggle!)* Mabango pa rin naman ako, diba — at mukhang fresh pa... kahit hindi naliligo?" pagpapatuloy ni Vina. "Saka, alam mo naman na sanay ako sa puyatan — that's my job, bebeee! Kita mo nga, kahit ganito ang itsura ko — uhummm!.... nagkakandaduling pa rin 'yung doktor... katitingin sa akin!"

Pagkasabi nito ay pabirong naglakad si Vina ng pakendeng-kendeng.

Tuluyan ng nakalimutan ni Vince ang pinag-uusapan nila. Napalitan ito ng bahagyang pagseselos.

"Hmmmp! Siguro, panay ang kerengkeng mo dun sa doktor habang natutulog pa ako! Ano — umamin ka!!"

"Hush! E, ano ngayon? Selos ka! Hi! Hi! Hi! H'wag ka na kasing magkaila d'yan! Magpakatotoo ka na. Aminin mo na kasing love na love mo ako... at nagseselos ka talaga dun sa doktor!"

"Oo..." panimula ni Vince. Handa na itong magseryoso at aminin ang itinatagong pagmamahal nang biglang matigilan. Saglit na napatingin kay Vina. Nakita niyang pilyang nakangiti ito sa kanya.

"(Sigh!) Ano 'to? Pinagti-tripan na naman ba ako nito?" nasabi niya sa sarili.

Biglang itong nag-alangan at nagbago ang balak na pagtatapat.

"H-HINDI, A! Ako, magseselos? No way!!! FYI... naaawa lang ako dun sa doktor. Baka kasi... himatayin sa baho mo! Imagine... dalawang araw ka nang hindi naliligo — YUCKY! Saka, bakit ako magseselos, e ang dami-dami babaeng nagkakandarapa sa akin. Tingnan mo nga 'yung mga nurse. Hindi ba kilig na kilig sila kapag pumapasok dito sa kwarto?"

"Kilig na kilig? Asan? Sino? Hi! Hi! Hi! Ano ka ba, Vince — nag-iilusyon... nananaginip... nagpapantasya? Dala ba 'yan ng mga gamot na iniinom mo?"

"Hindi, a! Totoo naman ang sinasabi ko. Kita mo ngang... ang lalagkit tumingin sa akin nung mga nurse!"

"Ang lalagkit? Ugh! Baka naman... diring-diri... at naya-yucky sa iyo? Hi! Hi! Hi!"

"Hmmp! Bakit naman sila mayu-yucky — e, ang yummy-yummy ko!"

"Hi! Hi! Hi! Kailan pa?"

"Ang sabihin mo...ikaw ang nagseselos!"

"Eeeww! Kung ikaw lang... di bale na lang. You're very poor my friend. Hi! Hi!! Marami yata akong customer... na mas bata at mas pogi pa sa iyo. More importantly... maraming pera!"

Pagkarinig ng tungkol sa pera ay may sumagi sa isip ni Vince. Nalungkot ang mukha nito at seryosong hinarap si Vina.

"Oo nga pala. Sinong nagbayad... dito sa hospital?"

"A-Ako..." bantulot na sagot ni Vina.

"Saan ka kumuha ng pera?"

Pilit na ipinagwawalang-bahala ni Vina ang ginawa.

"Syempre, ano pa... e, di nag-withdraw ako sa bangko. Alangan namang, magnakaw ako... anong palagay mo sa akin...poor? Hi! Hi! Hi! Buti na lang at may malapit na ATM dito."

"P-Pero..."

"Hoy, anong palagay mo — hindi ako marunong gumamit ng ATM? Excuse me —- I know what I know! Hi! Hi! Hi!

"Vina naman, seryoso ako. Hindi biru-biro ang ginastos mo dito."

"Huy, ano ka ba? Okay lang! FYI, marami akong pera! Hi! Hi! Hi! Ayoko lang magpahalata... kasi baka maraming nangutang sa akin!"

Napailing si Vince, *"(Sigh!)* H-Hamo, Vina... paglabas na paglabas ko dito, babayaran agad kita."

"Ahiiii! Ano ba? Pera lang 'yun. H'wag mong isipin 'yun. Ang importante, nakaligtas ka."

"Vin... alam ko kung gaano ka nagtitipid... para makaipon. Pati nga sarili mo... tinitipid mo. Tapos, bigla-bigla na lang... mauubos 'yon dahil lang sa akin!"

"Huy, anong... 'dahil lang sa iyo?' Kahit pa maubos 'yung pera ko... basta maligtas ka lang... okay lang sa akin 'yun..."

Nagkatinginan ang dalawa. Nangungusap ang mga tingin, maraming gustong sabihin sa isa't isa. Magsasalita na si Vince nang biglang bumukas ang pinto.

"Lunch na po!" hiyaw ng nagbukas na attendant. Pumasok ito at inilapag ang trayng pagkain sa table. Pagkatapos ay mabilis din itong lumabas.

Kapwa natulala ang dalawa, parehong hindi malaman ang susunod na sasabihin.

Si Vina ang unang nakabawi at nagbiro, "Hi! Hi! Hi! H'wag kang mag-alala dun sa ginastos ko — nakalista lahat ang mga ito. H'wag kang ma-shock kung doble-triple ang gagawing kong tubo dun sa mga nagasta ko! Alam mo naman ako... parang bumbay magpautang!"

Kahit nanlulumo sa nakalampas na pagkakataon, nakisakay na rin si Vince, "Haiisss! Akala ko pa naman, nakalibre na ako! Di bale, ibawas mo na lang sa utang... 'yung mga libre ko sa iyo kapag kumakain tayo..."

"Ngek! Diba libre nga 'yun?"

"... pati na 'yung mga pamasahe natin! Ha! Ha! Ha!"

"Grabe! Ang tindi mo, Vince! Ala e, daig mo pa pala ang mga nagpapautang ng five-six!"

"Ha! Ha! Ha! Ha!"

* * * * * * * * * *

"*Sayang,*" may panlulumong nasabi ni Vince sa sarili nang mapag-isa ito, "*naandoon na — kung bakit kasi bigla pang dumating yung pagkain ko! Wrong timing!*"

"*P-Pero... ano kayang nangyari kung nakapagtapat ako? Seryosohin kaya ako ni Vina? May pagtingin din kaya sa akin? O, baka naman... pinasasakay lang ako nito?*"

"*(Sigh!) Mabuti na rin yung nangyari. B-Baka... baka napahiya lang ako kung nakapagtapat ako...*"

* * * * * * * * * *

Sa parte naman ni Vina ay naroon din ang panghihinayang nito sa nakalampas na pagkakataon.

"*Tama kaya yung nakita ko sa mga mata ni Vince? M-May pagtingin din kaya siya sa akin? O, pinasasaya lang niya ako... bilang pagtanaw ng utang na loob sa ginawa kong pagtulong sa kanya?*

"*Hindi... hindi pwedeng mangyaring... magkagusto sa akin ni Vince. GRO ako... hindi ako p'wedeng seryosohin ni Vince. Nadadala lang ako ng emosyon ko... ako lang 'yung nag-aasa... pero ang totoo ay biru-biruan lang ang lahat — lalo na kay Vince. Tama na... dapat nang itigil ko itong kahibangan ko kay Vince.*"

"*(Sigh!) Mabuti na rin at dumating yung attendant. Baka kung ano pa ang nasabi ko na... pagsisisihan ko lang...*"

19
Heaven Can Wait

* * * * * * * *

"Minsan mas madali mong sabihin ang tunay mong nararamdaman sa PABIRONG paraan."

* * * * * * * *

Wala namang naging komplikasyon sa operasyon kaya kinabukasan ay nakalabas na ng hospital si Vince. Si Vina na rin ang umasikaso sa pag-uwi nito.

"Saarraap naman nito... para akong may private nurse!" wika ni Vince.

"Private nurse ka d'yan! Ano ka sineswerte?" angal ni Vina. "Huy, mister! Naaawa lang ako sa iyo at wala man lang umaalalay sa iyo paglabas mo. Nakakahiya! Pogi nga... wala namang kasama! At least nung kasama mo ako... pinagtitinginan ka... dahil may kasama kang... sobrang hot na babe!"

"Ahiiii! Nagbuhat na naman ito ng sarili niyang bangko! Whooo, kalakas ng hangin... parang tatangayin ako! Help!"

"Gusto mo... iwan na kita?"

"Heheh! Ikaw naman... hindi na mabiro! Joke lang!"

Pagdating nila sa harap ng bahay ni Vince ay tumigil sandali si Vina at inikspeks'yon ito. Pagkatapos ay umiling-iling.

"Oh... bakit iiling-iling ka d'yan?" tanong ni Vince.

"(Sigh!) Haaay, hindi kita talaga pwedeng gawing Papa! Ang liit lang ng house mo — hindi papasa sa akin. Ang gusto ko palasyo!"

Natatawang nailing na lang si Vince.

Pagpasok sa bahay ay iginala ni Vina ang mga mata sa paligid.

Bago pa ito nakapagsalita ay inunahan na siya ni Vince, "O, mapagyamang reyna! Ano pong masasabi ninyo sa aking munting dampa?"

"Tsk! Tsk! Tsk! Hmmp! Pwede na, pwede na. Pasado na sa akin ito," pilyang sagot nito. "Maliit pero.. ummmm... at least kumpleto ang kagamitan!"

"Wow, thank you! E, di pwede na kitang ibahay?"

"Ahahay, sori! Ang sabi ko... pwede na itong bahay mo — pero hindi para sa akin!"

"Hah? E, para kanino?"

"Hi! Hi! Hi! E, di para sa magiging mga alalay ko! Aba, syempre... kapag mayaman ang naging jowa ko... dapat..."

"Haaisss! Ewan ko sa iyo!"

Palihim na natawa si Vina. Sa totoo lang, ito ang dream house niya. Lingid sa kaalaman ni Vince ay nagpapantasya na itong... mag-asawa sila at dito nakatira.

"Haayyy... ang sarap isipin... pero (sigh!) mahirap mangyari..." malungkot na naisip nito.

Napukaw ang pag-iilusyon nito nang biglang magsalita si Vince.

"Teka, teka nga pala, Vina! Hmmmp! Panay ang alaska mo sa bahay ko... e, hindi ko pa nga nakikita 'yung bahay mo... o kung saan ka mang lupalop nakatira. O, haler... kailan mo ba ako isasama sa inyo?"

Paiwas ang sagot ni Vina, "H-H'wag na lang... saka na lang!"

"O, tingnan mo ang taong ito. Ang galing mang-buska, pero ayaw namang pakita yung bahay n'ya! Unfair ka!"

"Uhumm... mabuti na 'yung hindi mo alam kung saan ako nakatira."

"Hmmp! Bakit naman?"

"Haaay, naku! Ayoko kasi 'yung may mga aswang na uma-aligid sa bahay namin! Hmmp! Ang dami ko yatang admirers. Mahirap na... baka mapa-parazzi pa ako! Hi! Hi! Hi!"

"Seryoso? Nagtatanong ng matino ang..."

"Haaiisss! Vicente, itigil mo na 'yang pagtatanong mo kung saan ako nakatira! Hi! Hi! Hi! Hindi mo pa naaabot yung level para magkaroon ka ng karapatang malaman kung saan ako nakatira! Kapag milyonaryo ka na... o bilyonaryo — saka ka na magtanong! Int'yende? *(Giggle!)*"

"Haay, naku... bahala ka sa buhay mo!" inis na sagot ni Vince.

Kahit idinaan sa pagbibiro, walang balak si Vina na ipaalam sa kaibigan kung saan siya nakatira.

"(Sigh!) Mabuti nang hindi mo malaman kung saan ako nakatira, Vince, "nasabi nito sa sarili. *"Tanggap ko namang... biro-biruan at pansamantala lang lahat ito. Darating din ang panahong... magsasawa ka... at*

iiwan mo ako. Kung magkakaganoon... gusto kong tuluyan na akong mawala sa buhay mo."

* * * * * * * * *

"Huh, Vin! Gabi na, a... bakit naandito ka pa rin?" wika ni Vince nang magisnan ang kaibigan. "Baka ma-late ka sa pagpasok mo?"

"Ahiiiii! Bayaan mo 'yon! Nagpaalam naman ako. Sa makalawa na lang ako papasok."

"E, di... wala ka na namang kita n'yan?"

"Naku, h'wag mo sabing isipin 'yun! Huy, rich ako, di mo lang alam! Hi! Hi! Hi!"

"Vin... seryoso... sobra-sobra na itong ginagawa mo?"

Kunwari ay hindi ito narinig ni Vina at sa halip ay nagyayang kumain.

"Mmmm... Oo nga pala, kakain na tayo... nagluto na ako ng hapunan natin!"

"Nagluto ka? Marunong kang magluto?"

"Syempre naman! Ako pa!" mayabang na sagot ni Vina.

"Ahiiii! Naalala ko nga pala. Paano ka nagluto e, wala naman halos laman ang ref ko?"

"Ahem, senyorito... mayroon naman kahit konting laman. Ummm... mga pira-pirasong manok, baboy at kung anu-ano pa. Ginawan ko na lang ng paraan yung mga sahog galing na rin dun sa mga tira-tirang kung anu-ano. ! Hi! Hi! Presto! May ulam ka na at mainit na sabaw!"

"Nagawa mo 'yun? Ano ka... nag-magic? 'Yung mga tira-tira sa ref ko... nagawa mong iluto?"

"Huy, anong akala mo sa akin... walang alam kung hindi manglandi ng customer? Hoy, mister... bago ako nasadlak dito sa Maynila... marunong ako ng mga gawaing bahay — lalong-lalo na sa pagluluto! Pinalaki akong mahusay ng nanay ko. 'Tsura mo lang... mam'ya mo d'yan... hindi kita pakainin!"

"E, ano namang lasa ng niluto mo?"

"Aba, syempre... super sarap! Kung ayaw mong maniwala... e di, manigas ka na lang d'yan sa gutom! Tse!"

"Sori, sori na. Nagtatanong lang naman — ikaw naman, masyadong warfreak. He! He! He! Naniniwala naman ako — syempre pa... luto mo yata 'yon!" depensa ni Vince, sabay akmang tatayo sa kama.

"Hep! Hep! Wait a minute, kapeng mainit! Saan sa palagay mo ikaw pupunta?"

"Sa kusina — saan pa(?!!)... para kumain!"

"Diba sabi nung doktor... na crush na crush ako...

"Bakit naman kailangang banggitin mo pa 'yun?" angal ni Vince.

"Hi! Hi! Hi! Manahimik ka d'yan — selos ka na naman! Sabi nga n'ya... dapat complete bed rest ka daw kahit dalawang araw lang. Ibig sabihin noon... d'yan ka lang dapat sa kama at hindi magkikilos — entiende?!! Pumirmi ka at dadalhin ko na lang ang pagkain mo dito!"

20
Home Invasion

Pagbalik ni Vina sa kwarto habang dala-dala ang pagkain, dito lang napansin ni Vince na iba na ang suot nito.

"Huh? Bakit ganun ang t-shirt na suot ni Vina — ang luwag na... sobra-sobra pa ang laki nito sa kanya? Nagkakamali ba ako ng tingin?"

Pinagmasdan niya ito ng husto. Nang malapit na ay saka lang niya nakilala — na t-shirt niya ang suot nito.

"O, bakit para kang nakakita ng multo d'yan?" tanong ni Vina habang inaayos ang mga pagkain.

"*(Chuckle!)* Nagulat kasi ako sa suot mo — ang luwag-luwag! Ngayon ko lang nakilala na t-shirt ko pala 'yang suot mo!"

Ngingiti-ngiting umikot-ikot si Vina, "Hi! Hi! Hi! Ito na lang kasi ang pinakamaliit na t-shirt na nakita ko sa aparador mo. Init na init na kasi ako... saka, feeling ko — baho-baho ko na. Kaya habang natutulog ka kanina... naligo na rin ako. Mukha ba akong shunga-shunga sa suot ko?"

Hindi kumibo si Vince habang walang sawang pinagmamasdan si Vina.

"*Ang ganda talaga ni Vina,*" naisip nito, "*kahit siguro magsuot ito ng sako o basahan — magmumukha pa rin itong prinsesa! Kita mo yung mukha n'ya... fresh na fresh — litaw na litaw ang tunay na kagandahan!*"

"Huy, ano ka ba?" tanong ni Vina, "tinatanong kita... hindi ka na sumagot d'yan! Ahaaa, alam ko na! Siguro nabighani ka na naman ng husto sa ganda ko - ano?!!"

H-Hindi, a!" mabilis na tanggi ni Vince.

"Wow! Ang bilis ng denial, a — parang guilty!"

"Hindi... bakit naman ako magi-guilty?"

"Naku, aminin mo na! Sabihin mo... totaling nain-love ka na sa akin! Hi! Hi! Hi!"

"B-Bakit naman ako maiin-love sa iyo?" pilit tanggi pa rin ni Vince. "Ang d-dami kong kakilalang..." naudlot ang sasabihin nito nang napansing medyo basa pa ang buhok ni Vina.

"Teka, teka... diba sabi mo — naligo ka?"

"Oo! Bakit bawal ba?"

"Hindi, hindi!" sagot ni Vince sabay muling tiningnan si Vina mula ulo hanggang paa.

"E, nasaan na yung mga damit mo? Anong ginawa mo?"

"Haay, naku! Ang alam ko... sa t'yan ka lang naoperahan — bakit pati yata 'yang utak mo ay naapektuhan din yata? Natural, nilabahan ko — alangan namang itapon ko?!! Anong isusuot ko — pag-uwi ko, aber? Helloooo — okay ka lang?"

Patuloy sa pagkatitig si Vince, " Nasaan na 'yung mga damit mo?"

"Hi! Hi! Hi! Hindi mo ba nakikita," natatawang sagot ni Vina sabay turo sa may kabilang sulok ng kwarto, "AYUN, O!"

Sinundan ni Vince ang kamay ni Vina. Naandoon nga sa mgay sulok ng kwarto nakasampay ang mga damit nito. Gumawa ito ng maliit na sampayan at doon pinatutuyo ang mga damit.

"Ngek! E, bakit dito mo pa sa kwarto isinabit ang mga damit mo?"

"Hihihi! Sa labas ko nga sana isasampay. Kaso, baka naman magtaka ang mga kapitbahay mo kung may makikita silang panty at bra na nakasampay sa labas ng bahay mo. Ganun din kung sa salas... baka may dumating kang bisita. Ayoko naman sa CR mo — ang baho-baho... amoy lalaki. So, dito na lang sa kwarto mo magsampay."

Napatango na lang si Vince. Muli itong napatingin sa mga damit na nakasabit. Naandoon nga ang gamit ni Vina. Palda, blouse, stockings, panyo, BRA at PANTY!!!"

Bigla itong napatingin kay Vina, "Huy, bakit pati yung bra at panty mo, nakasabit dun?"

"Natural, nilabahan ko rin! Alangan namang iwanan ko pa? Anong problema mo dun?"

"A-Anong suot mong... kwan... a, e... ano...," hindi malaman ni Vince kung paano sasabihin ang itatanong.

"... panty saka bra?" pagtatapos ni Vina, "e, di syempre — wala! Ayun nga, e... nilabhan ko at nakasabit!"

"Ngiiiiiiiii!" hilakbot na nasabi ni Vince. "Hindi ka nahihiya sa akin?"

"Bakit naman ako mahihiya sa iyo?"

"A-Ano kasi... naka-t-shirt ka lang... tapos, wala kang suot na..."

"Anong problema mo dun? Buti nga hindi ko isinuot ang brief mo — sobra-sobra kasi ang laki sa akin, saka, NGIIII! Hindi ko ma-take na isuot! Hi! Hi! Hi! Pero itong t-shirt mo, tamang-tama lang. Tingnan mo, o —

sa laki ng t-shirt mo... abot hanggang tuhod ko. Diba, disente naman akong tingnan?"

Hindi pa rin makapagsalita si Vince sa pagkakagulat. Lumaking sheltered ang buhay nito. Taboo dito ang ganitong close proximity sa isang babae lalo na kung walang ibang tao. Hindi rin ito sanay na makakakita ng mga personal na gamit ng isang babae na kahubilo ng mga gamit niya. At ngayon nga, hindi pa rin nito matanggap na may kasama siyang babae sa loob mismo ng bahay niya. Idagdag pa dito na naligo pa ito doon at ngayon nga ay nakasampay ang mga damit nito sa loob mismo ng kwarto niya.

"Huy, ano ka ba? Ano nang nangyyari sa iyo?" nagtatakang tanong ni Vina.

"W-Wala lang! Hindi kasi ako sanay na..." nahiya si Vince at hindi na tinapos ang sasabihin.

Bigla naintindihan ni Vina ang pinagdadaanan ng kaibigan at naisipang manutil.

"Hi! Hi! Hi! Alam mo bang... dito pa mismo ako nagbihis sa kwarto mo? *(Giggle!)* Sayang at tulog ka. Sana nakapanood ka ng libreng show!"

"Huy, Vina... tigilan mo nga ako!"

"Lumapit pa nga ako sa iyo, pero... tsk! tsk! tsk! Talagang tulog na tulog ka! Mmmm, teka... baka naman... hindi ka talaga tulog... at nagkukunwari ka lang para..."

"Ano ba, Vina... sabi ko itigil mo na 'yan — hindi na ako natutuwa!"

"Itinatanong mo kanina... kung anong suot ko. Diba, sabi ko nga — WALA! Ayaw mong maniwala? Gusto mong... tingnan?" mapagbirong hamon ni Vina at akmang itataas ang t-shirt na suot.

21

O, Tukso, Layuan Mo Ako

Nanunuksong lumapit si Vina. "Ano, Vince... gusto mo bang... mapang-akit na wika nito.

"HUY, VINA, UMAYOS KA — TUMIGIL KA!!!" mabilis na pagtutol ni Vince at pagkasabi nito ay biglang tumalikod sabay nagtalukbong ng kumot.

Hindi mapigilan ni Vina ang sarili sa katatawa.

"Huy, biro lang! Hi! Hi! Hi! Tanggalin mo na 'yang pagkakatalukbong mo!"

"Ayoko! Ayoko!" hiyaw ni Vince mula sa loob ng kumot.

"Sabi na biro lang! Hi! Hi! Hi! Titigil na po ako. Huy, alisin mo na 'yan at baka hindi ka pa makahinga n'yan. *(Giggle!)* Sige, ha, huy — tara na, kain na tayo at lalamig na itong niluto ko!"

* * * * * * * * * *

"Sluurrrpp! Sarrraap!" napalatak si Vince habang sinisipsip pa ang dulo ng mga daliri. "Wow, hindi ako talaga makapaniwala... na nakapagluto ka ng ganitong napakasarap na pagkain sa kokonting laman ng ref ko. Paano mo nagawa 'yun?"

"E kasi naman po naman... dun sa probins'ya namin, walang-wala halos kaming nakakain. Kadalasan nga yata... kangkong at talbos ng kamote lang ang madalas naming ulam. S'werte na kung may isda o baboy na kasama. Kakapiranggot, kung meron man..."

"So? Anong konek nu'n kung bakit masarap kang magluto?"

"Aigoo! Bopols ka talaga! Syempre pa, dapat, i-magic namin 'yung luto para masarap ang dating... kahit kangkong o talbos lang ito."

"Ahhhh! Kaya pala!! Oo na, gets ko na. Wheeee! Grabe, ang sarap ng buhay ko ngayon, a!"

"Huy, huy, huy... h'wag kang masyadong masanay! Hanggang sa gumaling ka lang at ba-bush na!"

"H-Hindi ba... pwedeng dito ka na lang lagi?"

Saglit na natigilan si Vina — napakasarap sa pandinig niya ang mga katagang narinig. Muntik na niyang tanggapin ang alok pero mabilis ding itong nahimasmasan.

"Ano ka sineswerte? Saka, di mo kaya ang... uhummm, talent fee ko — baka mamulubi ka! Hi! Hi! Hi!"

"Haaiisss! Hindi ba pwedeng... pagmamahal at pag-ibig na lang ang ibayad ko?"

"Ngek! Mabubuhay ba ako doon? Makakain ko ba 'yon?" sagot ni Vina, sabay nanunuksong idinagdag, "Ohhh, on second thought, pwede pala kitang... kainin! Hi! Hi! Hi!"

"Seryoso, Vina... 'di ba ako papasa sa iyo? Wala bang pag-asang mahalin mo ako?"

Natigilan si Vina, *"(Sigh!) Ang sarap pakinggan..."* nalulumbay na naisip nito, *"pero, alam ko namang... biru-biruan lang ang lahat nang ito para sa iyo..."*

Malakas na isinagot nito, "Naku, itong si Vicente! Nakakain lang ng masarap... kahit kanino... ibebenta ang sarili! Hi! Hi! Hi! Tigilan mo nga ako. Alam ko namang hindi mo ako type!"

"B-Bakit? Ano ba sa tingin mo... ang type ko?"

"Ano pa? Bukod sa maganda, seksi, mabango at kung anu-ano pa? E, di yung... fresh na fresh? Hihihi! Hindi katulad ko na... bilasa na!"

Sasagot sana si Vince pero pinigilan siya ni Vina.

"Okay lang, Vince. Alam ko naman 'yan... at tanggap ko na. H'wag ka nang mahiyang aminin sa akin ito. 'Yung gusto mo bago... fresh from the can, ika nga... samantalang ako — used and abused na! Saka, naku... baka ma-bored to death lang ako sa iyo. Pero drawing lang ang alam mo, e! Gets mo ba ang sinasabi ko? Hi! Hi! Hi! E, ako... alam mo namang... mapaglaro ang imahinasyon ko!"

Nalungkot si Vince, *"H-hanggang friends lang talaga ang turing niya sa akin,"* naisip nito. Dahil sa narinig, nagdalawang-isip ito sa binabalak na pagtatapat ng tunay na nararamdaman. Sa huli ay sumang-ayon na lang ito.

"Ha! Ha! Ha! Nahulaan mong... gagawin lang kitang... maid!"

"Hi! Hi! Hi! Sinabi mo pa! Huy, advance ito mag-isip. 'Yung ibang babae na lang ang lokohin mo — h'wag ako!!"

"Ha! Ha! Ha!"

Naisipan muli ni Vina na manukso.

Teka, Vince... baka naman... gusto mo lang talaga ng isang gabing romansa," malambing na wika nito. "pwede naman kitang pagbigyan! Uhummm, para naman hindi masabing shunga-shunga ka pagdating sa kama. Gusto mo bang turuan kita ng mga... Hihihi! alam no na!"

"Nakup! Tigil-tigilan mo nga yan, Vina. Hindi ako pareho ng ibang lalaki d'yan. Pure ang pagtingin ko sa mga babae. Hindi ako nanamantala. Saka kaibigan kita at kahit GRO ka, nirerespeto kita — hindi ako nag-iisip ng ganoon sa iyo!"

"Wow! Si Prince Valiant nabuhay... impress ako! Uhummm! Sigurado ka ba... kahit patikim lang? Hihihi! Last chance na... special offer lang?"

"Haisssss! Sabi nang tigilan mo ako, e!" at galit na tumalikod at muling nagtalukbong ng kumot si Vince.

Hindi mapigilan ni Vina ang sarili sa katatawa.

22

Loving Without Expectation

* * * * * * * *

"To LOVE without condition, to talk without intention, to give without a reason, to care without expectation... that's the spirit of true love."

* * * * * * * *

"**Vince! Vince!**" **excited na tawag ni Vina habang** nagkakandarapang lumalapit, "tingnan mo 'to, tingnan mo 'to — DALI!!!

"Oh, bakit... ano na naman 'yan? Para kang lukaret na sigaw ng sigaw d'yan."

"Tingnan mo... tingnan mo!" excited pa ring wika ni Vina habang ipinakikita ang receipt niya sa ATM. Sumaglit ito para -icheck ang balance habang si Vince naman ay nagreserba nang upuan sa kainan.

Tiningnan ito ni Vince.

"Ummm, so, okay... malaki yung savings mo... o, e ano ngayon — nagyayabang ka?"

"HINDI! Hindi! OMG, hindi mo ba nakikita? Hindi ganito kalaki ang pera ko. Tingnan mo itong dating resibo... o, tapos ngayon... pagkumparahin mo — halos triple ang inilaki nito! O, o... tingnan mo ulit!

Halos ipagduldulan ni Vina ang dalawang resibo sa mukha ni Vince.

"Halps! Oo na! Oo na... nakikita ko!" sagot ni Vince habang inilalayo ang mga resibo sa mukha niya. "Para naman akong bulag sa ginagawa mo! O, e ano ngang problema mo?"

"Lord, bakit naman utak biya... at ganito kabobo 'tong kaibigan ko... ANG TAGAAALLL MAKA-GETS? Vince, diba sabi ko nga lang kanina —hindi ganito kalaki ang pera sa ATM ko! Bakit bigla-bigla na lang lumaki ito ng ganito?"

"Ewan ko... MA at PA — malay ko at pakiaalam ko ba!"

"S-Saan kaya galing 'yung perang sobra? Naku! Baka may nagkamaling nagdeposito sa account ko... 'yung perang para sa mga Mafia o ng Yakuza — sa akin nadeposito?" ninenerbiyos na nasabi ni Vina. "Ngiiiiii! Siguradong hahantingin ako ng mga 'yon para mabawi ang pera nila — at baka tsugihin pa nila ako! Lord, help! Sayang naman ang kagandahan ko kung mamamatay agad ako! I'm still too young and pretty to die! Please no... please NOOOOO!!!! "

Binatukan siya ni Vince.

"Aaraayy!! Bakit mo ako binatukan?"

"Haaisss! Ang OA mo kasi! May pa-yakuza-yakuza ka pang alam d'yan — pati pa mafia! E, sa Japan at Amerika lang meron nun!!!"

"Malay mo... may branch na sila dito?"

"Ahiiiiii! Anong branch? Ano 'yun... kumpanya — may branches all over the world? Haaiiissss! Kung ako, bobo... sira naman ang tuktok mo!"

"O, sige na... sige na! Sira na kung sira," iritang sagot ni Vina. "Pero, paano mo maipapaliwanag itong extra-extrang perang nasa account ko? Hala, sige nga! Palibhasa, hindi ikaw ang matsutsugi!!"

Nang-aasar na ngumiti si Vince, "Paano po... ako po.... ang nagdeposito nung pera!"

"I-Ikaw ang nag-deposito nung... pera?" gulat na nasambit ni Vina.

"Yes, your pretty highness! Ako po... the one and only... yours truly! Hindi po galing ito sa Yakuza o sa Mafia!"

"Bakit?"

"Heheh! Bayad ko po dun sa ginasta mo sa akin... nung na-hospital ako," paliwanag ni Vince.

Lumungkot ang mukha ni Vina, "K-Kaya pala, kinuha mo yung account number ko. *(Sniff!)* Diba, sabi ko naman sa iyo... okay lang 'yun. Di mo naman kailangang bayaran 'yun."

Nilapitan ni Vince ito, niyakap at hinaplos-haplos ang buhok.

"Huy, ano ka ba? Gastos ko 'yun na sinagot mo! Hindi naman yata tama... na hindi ko bayaran 'yon," paliwanag nito.

"(Sob!) E, bakit... sobra-sobra? P-Parang binabayaran mo... pati 'yung pagtulong ko," at tuluyan ng umiyak ito habang nakasubsob sa dibdib ni Vince.

"Hindi, a! 'Yung ginawa mong pagtulong... at pag-asikaso sa akin... hindi ko kayang tumbasan 'yon! Tatanawing kong malaking utang na loob ko 'yon... habang ako'y nabubuhay."

Napatingin sa mukha nito si Vina, "Totoo... hindi ka nanggogoyo lang?"

"Totoo! Promise kahit mamatay pa 'yung aso namin!"

"Haaaisss! Wala ka namang aso, a!" wika ni Vina sabay sinuntok ito sa dibdib.

"Aaaraay! Ha! Ha! Ha! Wala nga!" sagot ni Vince. "Pero, totoo ang lahat ng sinabi ko. 'Yung pagmamalasakit na ginawa mo sa akin... hindi ko malilimutan 'yon... nakaukit na ito... dito sa puso ko!"

Natulala si Vina. Nakita niya ang kaseryosohan sa mukha ni Vince.

"G-Ganon ba?" hindi nito malaman ang isasagot.

"Oo... bakit, ako ba... wala pa d'yan sa puso mo?"

"Vince? Mahal din..."

Nagulat ang dalawa ng nilapitan sila ni Aling Marina.

"Hoy, kayong dalawa! Kakain ba kayo o ano?" pabirong bati nito. "Kanina pa kayo nakaupo d'yan, a! Sayang 'yung mga silya ko. Kung magde-date lang kayo... dun kayo sa Luneta or sa Intramuros— h'wag dito!"

"Hah! A, e... syempre kakain!" sagot ni Vince. "Si Aling Marina talaga. Kita n'yo nang nagliligawan kaming dalawa... inistorbo n'yo!"

"Assuusss! Hindi ka papasa kay Vina! Poor ka at hindi mo kakayanin ang luho n'yan! Hi! Hi! Hi!"

"Hindi naman masamang mangarap, diba?"

"Naku, magising-gising ka na sa katotohanan! Di ka type n'yan! O, ano... oorder ka na ba?"

"(Groan!) Oo! Sige, paki-dalhan n'yo kami nung napakasarap n'yong bopis, dalawang kanin at saka kape. Okay na ba sa iyo 'yun, Vina?"

"O-Oo... okay na yun!"

Naiwan ang dalawa na medyo nagkakailangan.

Si Vince ang naglakas-loob na ituloy ang naudlot nilang pag-uusap.

"Ano nga pala 'yung sabi mong... mahal?" tanong nito.

"Ha, a, e... ano... ahhh," nag-aalangang sagot ni Vina, naduwag ipagtapat ang totoong nararamdaman. "M-Mahal... mahal 'yung mga gamot dun sa hospital. K-Kaya, kaya... lumaki ang binayaran natin! Y-Yun... yun ang sinasabi ko kanina..."

Kumirot ang puso ni Vince sa narinig, "Ah, 'yun pala ang sinasabi mo."

Kahit pinanghinaan ng loob, nagbakasakaling magparamdam naman si Vina, "Oo nga pala, Vince... bakit sobra-sobra naman 'yung inihulog mong pera. Halos na-triple 'yung pera ko. T-Touch naman ako."

Si Vince naman ang nagbiro para maitago ang lungkot na nararamdaman, "Ahh... yun? Syempre, di ba dapat may tubo? Hahaha!"

Medyo sumimangot si Vina. Hindi ito ang inaasahan niyang sagot pero nagpatuloy pa rin ito, "Bakit, 'yung pagtulong ba... dapat tinutubuan?"

"Hindi... hindi!" depensa ni Vince. "Kaya sobra 'yung inihulog ko... e, di parang... kunwari... advance — advance! Kasi baka ma-hospital na naman ako... e, di may pambayad ka nang sigurado! Ha! Ha! Ha! Advance akong mag-isip, e!"

Hindi sumagot si Vina at inis na inirapan ito.

Magpapaliwanag pa sana si Vince pero dumating na ang pagkain nila. Tahimik silang kumain hanggang magkahiwalay sila.

* * * * * * * * * *

Nasa bahay na si Vina nang mag-text si Vince.

vin, okay lang ba kung lagi akong maghuhulog dun sa account mo? kunwari joint account natin. para kung may kailangan tayo, o bibilhin... may pera tayo. pwede?

Nangiti si Vina at sumagot sa text.

**oo ba! basta ako ang hahawak
ng atm card**

Sumagot si Vince.

no problem. sweet dreams! love u!

Muling nangiti si Vina. Sinagot niya ito.

love u 2!

Ang pagtatapos na 'love u' ay nakagawian na nila tuwing magte-text sa isa't isa.

Napabuntung-hininga si Vina,

"(Sigh!) Ang sarap siguro kung totoo ang lahat ng ito!" nanghihinayang na nasabi nito, sabay inis na nagtalukbong ng unan sa ulo.

Sa kabilang panig, ganito rin ang saloobin ni Vince.

"(Sigh!) Bakit kasi, lagi na lang dinadaan ni Vina sa biro ang lahat. Hindi ba pwedeng totohanin namin?"

23
Do I Know You?

Laking gulat ni Vince nang makasabay niya si Vina FX. Mayroong siyang biglaang appointment nang umagang 'yon at sa FX siya sumakay. Sa likuran niya piniling umupo dahil mas maluwag dito. Tamang-tama lang dahil marami siyang dalang gamit. Abala siya sa pagp'westo sa upuan kaya hindi niya agad nakilala ang kaibigan. Nang medyo nakaayos na siya ng upo ay saka lang niya napansin ito. Tulad ng dati ay natutulog ito.

"Huh! Aba, si pot-kuri... sumasakay din pala ng FX!" natatawang naisip niya. Eksakto naman na sa harap ni Vina siya napaupo.

Agad niyang kinuwit ito sa braso pero hindi ito nagising.

"Haaisss! Itong taong ito, kahit saan mo makita — tulog!" natatawang naisip nito. *"Umaga na nga, ganon pa rin! Aigooo! Ha! Ha! Ha!"*

Pabirong nilaro-laro niya ang mga kamay nito at sa wakas ay nagising ito. Naguguluhang napatingin siya sa kanya.

"Boooo!" panggulat ni Vince, sabay tawa. "Ha! Ha! Ha!"

Pero, laking gulat niya ng tiningnan lang siya ni Vina. Blangkong mata ang sumalubong sa kanya at pagkatapos ay galit na hinarap siya nito.

"Hmmmp! Mister... ang salbahe naman n'yo! Nakikita n'yo namang natutulog ang tao, tapos, bigla-

bigla na lang na manggigising kayo? Ano po bang gusto ninyong palabasin? Kasi, hindi po nakakatuwa ang ginawa ninyo!! Hindi ko naman kayo kakilala... tapos... hmmmp! — ano bang problema n'yo?"

Bagama't nagulat, inakala ni Vince na ginu-goodtime siya ng kaibigan.

"Ha! Ha! Ha! Wow! Impress ako. GRABE — ang galing ng akting — Bea Alonzo ba o Liza Soberano ang dating? Huy, huy, huy, itigil mo na 'yan! Ang aga-aga pa... naggu-good time ka na! Sige na, okay na — pang awardee na ang akting mo! He! He! He!"

Inaasahan nito na hahagalpak na ito ng tawa. Pero lalo lamang itong nagpuyos sa galit.

"Hmmpp!!! SORI, HA! Wala akong panahon na makipag-lokohan sa inyo! Please lang... kung ano man ang gusto ninyong palabasin — itigil na n'yo ito!!! Nakakainis na po kayo at nakakabastos. Please lang po — WALA PO AKONG PANAHONG MAKIPAGLOKOHAN SA INYO!!"

Natigilan si Vince. Shock sa nangyari. Hindi niya inaasahan ito. Tiningnan nang husto ang kaharap. Nagpupuyos ito sa galit at walang palatandaang kilala siya. Tuluyan na siyang naguluhan at pinagmasdang mabuti ang kaharap.

"Huh?!! Iba ang ayos ng buhok ni Vina ngayon," gulat na nasabi nito sa sarili, *"— nasa gitna ang hati, samantalang sa tabi pangkaniwan ang ayos ng buhok nito. At saka... bakit hindi rin siya nakamake-up?"*

Pasimple niya uli itong tiningnan at nahumindik, *"NGEK! Anyare? B-Bakit... bakit...nakasuot siya ng unipormeng... pang-school!"*

"Papasok ka nang... school?" wala sa sariling naitanong niya.

Hindi siya sinagot ng dalaga at sa halip ay umirap sa kanya.

"H-Hindi mo talaga ako... kilala?" pagpapatuloy ni Vince.

Matalim ang mga matang umiling-iling ang dalaga bago madiing sumagot, "HINDI! Hindi ko po kayo kilala!!!"

Luminga-linga si Vince sa paligid. Dahil sa kaguluhang nilikha niya, hindi maiwasang pagtinginan siya ng mga kap'wa pasahero.

"Nakups! Anong nangyayari dito kay Vina... at ayaw akong kilalanin?" nanlulumong naisip nito. *"Haaiiss! Nakakahiya! Baka akalain pa nitong mga kasabay namin — manyakis ako at nampi-pick-up!!"*

Nalilitong tiningnan muli nito si Vina. Walang kakurap-kurap itong nakatingin sa kanya. Bakas sa mukha nito ang matinding pagka-inis at pagpupuyos ng galit. Ang pinakamasaklap — WALA KAHIT ISANG PALANTANDAAN NA KILALA SIYA NITO!

"Ano ito... paanong nangyari ito? B-Bakit...?"

Sa kalituhan ay napatingin siya sa braso ng dalaga. May balat ito na malapit sa may manggas ng suot na blouse. Napatayo ang mga balahibo ni Vince.

"OH, NOOOO! WALANG BALAT SI VINA SA BRASO!!!" tahimik na napatangis ito. Imposible mang isipin, pero ang imposible ay nangyari. HINDI SI VINA ANG BABAENG KAHARAP NIYA!

"Lord, totoo ba ito? Hindi ba ako nananaginip lang?"

Kahit naguguluhan, pinilit nitong mapawi ang tens'yong namumuo.

"A, e... sori! Sori, Miss... napagkamalan lang kita. Hehehe! K-Kahawig mo kasi 'yung kakilala ko... kasing-ganda mo kasi *(ulk!)*... hehehe! akalain mo — magkasingganda kayo! Sori, ulit... sori..."

Muli siyang sinimangutan nito, sabay irap at talikod sa kanya.

Hiyang-hiya si Vince. Naririnig pa niya ang mahinang tawanan ng mga kasabay na pasahero.

"Hi! Hi! Hi! Nakakahiya si pogi!"

"Bulok na 'yung style n'ya! Ha! Ha! Ha!"

"Pahiya! Akala siguro porke g'wapo siya..."

"Hmmmp! Buti nga sa kanya!"

"Grabe! Ang kapal ng mukha niya!"

"Ha! Ha! Ha! Parang hollow blocks lang sa kapal!"

Dinig na dinig ni Vince ang lahat ng ito. Kulang na lang na lumubog siya sa kinauupuan niya. Pero kahit ganoon pa man, iisa lang ang nasa isip nito.

"HAAIISSSSTT! SINO S'YA? SINO S'YAAAA!!!!!"

24
Double Or Nothing

* * * * * * * *

*"The love of a sibling is the
best kind of love"*

* * * * * * * * * *

Habang **kumakain sila ni Vina ay masiglang** nagkuk'wento si Vince.

"Vina, alam mo bang sa aming apat na magkakapatid... ako ang pinakamaliit!"

"Ganon? May kapatid ka pala... akala ko... napulot ka lang sa tae ng kalabaw. Hi! Hi! Hi!"

"Haaisss! Ang sama mo naman! FYI, meron po akong mga kapatid — hindi po ako napulot sa tae ng kalabaw!

"Hmmp! E, nasaan?"

"Ano... puro nasa abroad. Dun na sila nakatira at nagtatrabaho na rin.

"Ganun? E, yung parent mo?"

"*(Sigh!)* Nasa abroad din. Magkakasama na sila doon. Actually, 'yung Daddy at Mommy ko ang naunang mag-abroad. Nung okay na sila doon... saka nagsunuran ang mga kapatid ko."

"E... bakit ikaw... naandito pa rin? Ano ka ba... wanted na kriminal....terorista o hi! hi! hi! endangered na animal kaya hindi ka makaalis?"

"Wow! Hanip ka ring mangbuska, ano?"

"E, bakit hindi ka nga rin sumunod doon?"

Sandaling natahimik si Vince. Pinag-isipan sandali ang isasagot.

"(Sigh!) Hindi ko rin alam," sagot nito pagkaraan ng ilang sandali. "Noon pa nga nila ako pinapupunta doon — ako lang ang ayaw."

"Bakit naman? Ayaw mo doon, siguradong mas malaki ang kita mo doon, doble, triple — at dollars pa!"

"Oo, totoo 'yun! Kaya lang... parang hindi ko type na doon pumirmi. Okay lang na padalaw-dalaw doon... pabaka-bakasyon. Pero... yung doon na titira — hindi ko yata type. Iba pa rin sa akin dito sa Pinas. Para sa akin... mas gusto ko pa rin na dito tumira."

Biglang tumayo si Vina at sumaludo sabay sabi, "Kahang-hanga kayo... Heneral Vicente! Dapat kayong tularan. Isa kayong modelo nang tunay na makabayang Pilipino! Hi! Hi! Hi!"

"Bakit... masama ba kung dito ko gusto tumira? E, sa talagang dito ko gusto — pake ba nila! O, ayos na ba? Kuntento ka na ba sa mga sagot ko — na hindi ako wanted na kriminal, o terorista... o endangered na animal? Haaiisst! Teka nga, teka nga... bakit nga ba kailangan ko pang i-explain ang sarili ko sa iyo?"

"Hmmmm!" ang tanging naisagot ni Vina sabay tumango-tango lang. Panandalian itong nawala sa sarili niyang pagmumuni-muni. Maya-maya ay bigla itong nagsalita.

"Ahhh! Kaya pala nung kinalkal ko yung wallet mo... para tumawag sa inyo nung naoperahan ka... wala man lang akong nakita na kahit anong contact number o pangalan man lang. Mmmmm, kaya naman pala — now I know. Nagtataka nga ako noon... kasi naisip ko — weh! anong klaseng tao ito... walang telephone number ng parents niya o mga kapatid. Naisip ko ng noon — baka alien ka! Hi! HHi!"

"Alien ka d'yan! Itong super-g'wapo kong ito... magiging alien?"

"Assuuss! At nagbuhat na naman ito ng sarili niyang bangko! Whooo! Aling Marina — KAPIT at baka tangayin ang tindahan ninyo ng bagyo - WHOOOSSHHHH!!"

Natawa lang naman si Aling Marina kasama na ng ilang kumakain doon.

"Huy, ano ka ba? Tumahimik ka nga d'yan! Nakakahiya ka!"

"Ahiiiii! At sino kaya ang nag-umpisang magpahangin... na super pogi daw siya?"

"Haaiisst! Sabi nang tama na!"

"Hi! Hi! Hi! O, sige, sige... seryoso na. Uhumm, mabalik tayo sa usapan. Kailan ba umalis yung mga kapatid mo at hindi mo man lang na-update ang contact numbers mo?"

"Last year lang. Mga bandang April lang sila umalis. Hmmm... sa totoo lang, medyo nag-self pity ako noon ng kaunti... kaya, ayun... hindi ko inisip na maglagay pa ng contact number nila sa wallet ko. Naisip ko kasi noon... ano pang sense... e, mga wala na naman sila..."

"Shunga-shunga ka talaga! Paano kung may mangyari sa iyong masama — katulad nung naoperahan ka? Paano nila malalaman? At least, kahit nasa abroad sila, malalaman nila kung may masamang nangyari sa iyo. O, paano kung natigok ka noon... o kaya, hindi mo ako kasama? E, di baka... inihulog ka na lang sa kangkungan o tibagan!"

"Ouch! Sobra ka naman!"

"Haler? Sa panahong ito... ang dami-dami na ngang mga John Doe at Jane Doe na namamatay na hindi man lang nalalaman ng mga pamilya nila. Tapos, gusto mo pang maki-join sa kanila?"

"E, kahit naman maglagay ako... anong magagawa nila — e, ang layo-layo nila?!!!

"At least, kahit sabihin pang ginawa ka nang pataba sa lupa o pakain sa mga isda — malalaman nila! Hindi 'yung basta ka na lang nawala — naiintindihan mo ba?" pagalit na tugon ni Vina, sabay tinusok-tusok ng daliri niya ang noo ni Vince.

"A-Aray! Aray! Oo na... oo na!"

"If ever and ever... kung mayroon kang contact number... matatawagan sila. Dios mio, kahit yata mga nagdidiyaryo-bote ngayon may cellphone. Gasino na lang bang tawagan nila ang parentes mo kahit na nasa abroad pa ang mga 'yon? Magkano na lang ba ang tawag ngayon? Isip kabuti ka rin ano?"

"Sobra naman ang panglalait mo?"

"E, ano pang tawag mo sa ganoon?"

"Oo na, Oo na — matigil ka lang! *(Sigh!)* Pero, seryoso... tama ka doon. Dapat lang na maglagay ako ng contact number... in case of emergency... o may mangyari sa akin na masama..."

"Haaayyyy, salamat naman po at nalinawagan din itong kaibigan kong mahina ang pag-iisip!"

"Pero... on second thought — bakit sila pa ang ilalagay ko... e, naand'yan ka naman," sagot ni Vince. "Tama! Ikaw na lang ang ilalagay kong pangalan at phone number na dapat kontakin... in case of emergency."

"B-Bakit ako?" tanong ni Vina.

"Ikaw lang naman ang alam kong naand'yan lagi... na magmamalasakit... at tutulong sa akin," wika ni Vince. *"I-Ikaw na s'yang pinaka-importanteng nilalang sa akin ngayon..."* gusto sana nitong isunod pero inabutan ng kaba.

Sobrang nabagbag naman ang damdamin ni Vina sa narinig. Nangilid ang mga luha at para hindi mapansin ay yumuko at kunwaring nasamid.

"Ugh! ugh! I-Ikaw... ikaw ang bahala," sagot niya. "H'wag mo lang asahan na naand'yan ako lagi... lalo na kapag gabi! Hi! Hi! Hi! Alam mo namang busy ako..."

Na-shock si Vina sa sumunod na itinanong ni Vince.

"Ikaw, Vina... **MAY KAPATID KA RIN BA?**"

25
Tweenies

**"Sisters are different flowers
from the same garden."**

* * * * * * * *

"**M**ay kapatid ka rin ba, Vina?" muling tanong ni Vince.

"K-Kapatid... kapatid? Ako... ako? Ano... wala — wala!"

"Wala? E, bakit para kang nauutal na nabubulunan d'yan sa pagsagot?" hamon ni Vince.

"Nabubulol? H-Hindi, a! Na... nabubulunan siguro. Uhmm, medyo napakalaki yata ng naisubo kong bopis at kanin... kaya, ayun nabulunan ako. Hi! Hi! Hi! Sobrang takaw ko kasi!"

"Yung totoo, Vina. Meron ka bang kapatid... na naandito rin sa Manila?"

"Haaiisst! Wala sabi, e!"

"Vina..."

"Hmmp! Ang kulit mo! Ang sarap-sarap ng kain ko, tapos sisingitan mo ng — haiisst! bakit ba kung anu-ano ang pumasok d'yan sa isip mo at naitanong mo ito?"

Hindi sumagot si Vince at sa halip ay masusing tinitigan ng husto si Vina.

"Huy! Ano ka ba... bakit ganyan ang tingin mo sa akin? Parang kakainin mo na ako n'yan a!" paratang ni

Vina, sabay niang magbiro. "Hi! Hi! Hi! In fairness... p'wedeng-'pwede mo akong kainin!"

Pero hindi pinansin ni Vince ang pangtutukso. Nagpatuloy lang ito sa pananahimik at masusing pagtingin sa dalaga.

"Naku, Vince, ha! Ayoko ng ganyan — creepy ka na — natatakot na ako! Itigil mo na yan — baka mam'ya bigla ka na lang magwala d'yan!"

Sa simula ay patuloy pa rin sa pagkakatitig si Vince pero maya-maya ay nagbago ang kilos nito. Biglang nag-relax at binago ang tema ng usapan.

"Alam mo, Vina... grabe din ang inilungkot ko nung umalis ang mga kapatid ko. Na-miss ko rin 'yung naghaharutan kami — pati na rin kapag nag-aaway kami."

Kahit nagulat sa biglang pagbabago ng usapan, natuwa naman si Vina. Pasekretong nakahinga ito ng maluwag.

"Aba, syempre naman! Iba rin yung may kasa-kasama ka sa bahay na makakausap mo, makukulit... at maaaaway mo rin. Hi! Hi! Hi!"

"Noong naandito pa yung mga kapatid kong lalaki — naku, lagi na na lang kaming nag-aaway sa damit."

"Huh! Bakit naman?"

"E, kasi... halos pare-pareho kami ng sukat ng t-shirt at pantalon. Kapag may lakad o date ang isa sa amin... isusuot nito ang pinakabago o pinakamagandang damit — kahit hindi ito sa kanya! E, di syempre magagalit yung may-ari."

"E, anong ginagawa n'yo para maiwasan ito?"

"*(Giggle!)* Wala rin! Gawain kasi naming lahat 'yun, e!"

"Ayyy, grabe! Paano na yun?"

"E, di wala na lang paalamanan. Minsan nga gawain pa namin... isusuot namin yung polo o pantalon... tapos, pagkatapos... hahahah! ibabalik namin ng maayos dun sa aparador... para kunwari, hindi pa nasusuot!"

"Haaa! E, di ang baho na nun? Hindi ba ninyo nahahalata?"

"*(Snicker!)* Hindi, e! Kasi, pare-pareho kaming hindi marunong umamoy! Para kasi kaming mga kambal — pare-parehong hindi marunong umamoy!"

"Ngiiiyee! E, paano na yung mga ka-date ninyo?"

"E, di ayun... mapapansin na lang naming... nakasimangot dahil sa amoy namin! Ha! Ha! Ha!"

"Ahiiiii! Kawawa naman pala ang mga ka-date n'yo noon. Grabe! Hindi ko ma-take yun, a!"

"Ha! Ha! Ha! Sinabi mo pa! Kaya pala minsan, napapansin ko... lumalayo sa akin 'yung ka-date ko. Minsan pa nga ay, bigla na lang itong nawawala ng hindi nagpapaalam! Ahahahaha!"

"Naku, kahit naman ako... siguradong magdi-disappearing act kung kayo ang ka-date! Hush, buti na lang pala at wala na dito 'yung mga kapatid mong lalake. HI! Hi! Hi! Hindi ko ma-imagine! Teka, teka... wala ka bang kapatid na babae?"

"Ha! Ha! Ha! Yun nga ang malas — wala kaming kapatid na babae. Wala tuloy maglinis ng k'warto namin. Sabi nga ni Mommy... kahit anong klaseng linis daw ang gawin niya — amoy lalaki pa rin daw ang bahay namin! Ha! Ha! Ha!"

"Ang sabihin mo — mabuti na lang at wala kayong kapatid na babae. Kung hindi — malamang na ginawa n'yo lang na katulong ito!"

"Grabe ka naman! Anong palagay mo sa amin? He! He! He! Kung sabagay, tama ka din siguro doon. Malamang, ginawa naming katulong 'yung magiging kapatid naming babae."

May naalala si Vina, "Teka, teka... sabi mo ikaw ang pinaka-maliit sa inyo — e, paanong nagkakasya ang mga damit ninyo?"

"Haler? Sinabi ko ngang ako ang pinakamaliit... pero, bansot ba ako? Hindi naman, diba? At yung dalawang kapatid ko... hindi naman mga higante! Konti lang ang mga pag-itan namin sa height at katawan kaya pwedeng magpalitan kami ng damit."

"Ahhh, ganon pala!"

"Sabi ko nga sa iyo, napapagkamalan kaming magkakapatid na kambal! Kasi nga, halos magkakasing-laki kami... at pare-parehong mga super-pogi!"

"Naku, narinig ko na naman si super-yabang. Ang sabihin mo, buti na lang at wala na yung dalawa mong kapatid... at kung hindi — baka tinangay na ang buong Pilipinas sa lakas ng hangin galing sa inyong tatlo! H Hi! Hi!"

"Huy, FYI — ako ang pinaka-pogi sa aming tatlo! Sure ako doon. Ha! Ha! Ha!"

"Ahiii! Pinaka-POGI? Ang sabihin mo — ikaw ang pinakaMAYABANG! Hi! Hi! Hi!"

Sa sobrang katuwaan, nawala sa wisyo si Vina nang nagtanong si Vince.

"Asuuuss! Ikaw nga, sabi mo noon — ikaw ang pinakamaganda sa iyong TATLONG magkakapatid! O, sino sa atin ang mayabang? Ha! Ha! Ha! Ginagaya lang naman kita!"

"Hi! Hi! Hi! Totoo naman, yun! Teka, teka, fake news ang balita mo! FYI, DALAWA lang kaming magkapatid — hindi t-tatlo... oooh!"

Huli na para pigilan ni Vina ang pagkakadulas ng dila niya. Pasimpleng tumingin ito kay Vince, nag-aasang hindi ito napansin ng binata. Pero nanlumo siya dahil kitang-kita ang bakas ng tagumpay sa mukha nito. Ngayon lang niya naisip na nilalansi at inaaliw lang siya nito upang mabuksan ang katotohanan.

Parang nanlamig siya nang marinig ang boses ni Vince.

"Sabi mo kanina Vina, wala kang kapatid. Pero, bakit ngayon... sinasabi mong — DALAWA KAYO?"

Napapikit si Vina. Balewala na ang lahat ng pagkukunwari niya. Nahulog siya sa patibong na inilatag ni Vince.

"ANO, VINA... P'WEDE MO NA BANG IK'WENTO SA AKIN ANG TUNGKOL SA KAPATID... AT KAKAMBAL MO?"

26
Deny Pa More

Kahit huling-huli na ay nagpilit pa rin makalusot si Vina.

"Hah! A-Anong kapatid ang pinagsasasabi mo d'yan? Hilo ka ba? Diba sabi ko nga sa iyo, mag-isa lang..."

"Haaiisst! P'wede ba, Vina, itigil mo na itong pagsisinungaling mo," galit na pinutol ni Vince ang sasabihin pa ni Vina. "Nahuli na kita — buking ka na! Tama na 'yang pagsisinungaling mo!"

"Vince..."

"Ano ba, Vina... galit na ako at nagtatampo na ako sa iyo! Akala ko ba, close na close tayo," wika ni Vince sabay mustra ng magkayakap na kamay, "e, bakit hindi mo masabi sa akin ang totoo? Bakit kailangang magsinungaling ka... bakit kailangang mag-sekreto ka pa sa akin?"

Nahihiyang tumingin si Vina pero pigil pa rin ang sarili sa pagsasalita.

Hinarap ito ng husto ni Vince.

VINA... ISANG TANONG — ISANG SAGOT! MAYROON KA BANG KAKAMBAL?"

Hindi na nakapagkaila si Vina.

"M-Meron..." halos pabulong na sagot nito.

* * * * * * * * *

"Pasens'ya ka na, Vince... kung hindi ko sinabi sa iyo ang tungkol sa kapatid ko... ang tungkol sa kakambal ko."

Medyo tampo ang boses ni Vince nang sumagot, "Hmmmp! Okay lang! A-Akala ko lang kasi.... *(Sob!)* Yung tagal-tagal na nating magkakilala... close na close na tayo... (hikbi!) tapos, hindi mo pala ako pinagkakatiwalaan... *(Sniff!)* Masakit, e.... alalm mo 'yon...masakit..."

Pilit itong kinakalma ni Vina, "Huy, tama na! Sorry na, sorry na! P'sens'ya na kasi...," napatigil si Vina dahil mapansing nakangiti si Vince habang umaarteng umiiyak.

SPLAAKKK!

"ARUY KOOO!" hiyaw ni Vince nang hatawin siya ni Vina sa ulo. "Bakit mo ako binatukan?!"

"Haiiist! Tinatanong mo pa? Ano 'yang ginagawa mong paiyak-iyak pa d'yan — e, nagdadrama ka lang pala? May pasinghut-singhot ka pang alam d'yan!"

"*(Snicker!)* Napansin mo pala! Hehehe! Ikaw naman... ikaw lang ba ang may karapatang mag-acting d'yan? Ano, bilib ka na ba sa John Lloyd o Piolo Pascual na acting ko?"

"John Lloyd? Piolo Pascual? Ano ka hilo? E, kahit sinong hung-hang, hindi maniniwala sa pagda-drama mo! Hmmp! Grabe, lakas ng loob mong sabihin 'yun... e, mukha ka lang extrang piso-piso umarte! Hi! Hi! Hi! At may ambisyon ka pa palang maging artista! Yaiicks — KAAPPAAALLL!!!"

"Sobra ka namang manglait! Kaya ko lang naman ginawa 'yun dahil..." biglang natigilan si Vince. Muling naalala ang puno't dulo ng kanilang pagtatalo.

"Ehemmm! Teka, teka at baka magkalimutan na naman tayo!" maangas na bwelta nito at hinarap muli ng husto si Vina. "Uhummm! Mabalik tayo sa pinagsimulan ng ating argumento!"

Pagkarinig nito ay si Vina naman ang parang maamong tupa na nanliit, sabay pasimpleng tatakas. Pero, wise na si Vince sa kanya at nakahanda na ito. Mabilis siyang hinawakan sa balikat at ipinirmi sa silyang kinauupuan.

"Hehehe! Where were we before I was rudely interrupted," painglis-inglis pa at may halong pangtutuyang banat ni Vince. "Okidoki, direct to the point! Bakit hindi mo sinasabi sa akin na meron ka palang kapatid na kasama mo pa ditong nakatira — at doppelganger mo pa!!!"

"Dupel.. dupel gang-hanger? Ano 'yun? Nakakain ba 'yun?"

"Haaiissst! Huy, pwede ba.... h'wag mong idiplay 'yang katangahan mo? Doppelganger! Ang ibig sabihin noon ay kamukha mo — in short, kamukha mo — kakambal mo!!"

"Doppel... Hi! Hi! Hi! Akala ko, pagkain. Katunog kasi ng double burger, yung may cheese saka..."

Magpapaliwanag pa sana muli si Vince nang mahuli nito na iniiba na naman ni Vina ang usapan.

"Hep, hep, hep! Tama na ang bolahan? Sagutin mo na ang tanong ko. I repeat... bakit hindi mo sinasabi sa akin na meron ka pala ditong kapatid na kasama mo — AT KAKAMBAL MO PA?"

Isang tingin sa mukha ni Vince at alam na ni Vina na nasukol na siya. Napalunok siya ng laway. Hindi na niya malulusutan pa si Vince.

* * * * * * * * *

Napilitan na si Vina na magsabi na nang totoo. Hindi na ito nagpaliguy-ligoy pa.

"*(Sigh!)* Paano mo nalaman, Vince?" tanong ni Vina. "Paano mo nalamang may kakambal ako?"

"E, kasi po..." matiyagang pagpapaliwanag ni Vince, "nakasabay ko lang naman s'ya sa FX kahapon... errr, actually, nung umaga nang may pinuntahan akong kliyente. Napahiya nga ako, kasi akala ko... ikaw, siya!"

"Hah! Ka-Kahapon... umaga? Anong nangyari?"

"Andun... pinagtawanan ako nung mga kap'wa pasahero ko. Akala siguro e, manyakis akong namimik-up ng babae. Nagalit nga at sinimangutan ako nung kakambal mo!"

"Hi! Hi! Hi!"

"Aba, tingnan mo ang lukaret na ito at nakuha pang pagtawanan ako!"

"Hi! Hi! Hi! Ini-imagine ko ang itsura mo nung napahiya ka! Epic! Sayang hindi ko nakita! Hihihi!"

"Sige... tawa pa more! Hampasin ko kaya ng plato 'yang ulo mo! Napahiya na nga ako..."

Hindi pa rin mapigilan sa katatawa si Vina.

"Hi! Hi! HI! Kasi naman... kung gaano ako ka-taklesa... kabaliktaran 'yung kakambal ko. Manang 'yun at masungit! Sigurado ko, halos lumubog ka sa silya mo nung sinimangutan ka!"

"Ahiii! Sinabi mo pa! Hiyang-hiya ako to the max! Kulang na lang, isuksok ko 'yung ulo ko sa bag na dala ko."

"Hi! Hi! Hi! Buti nga sa 'yo! Hi! Hi! Hi!"

27
Double Trouble

"**A**no nga palang pangalan nung kakambal mo?" tanong ni Vince.

"Huh! Bakit gusto mong malaman? Stalk mo? Liligawan mo?"

"Haaiist! Humusay ka nga, Vina at baka hindi na kita matant'ya d'yan! Nagtatanong ng mahusay..."

"Hi! Hi! Hi! Biro lang! Ikaw talaga — ang bilis mong ma-high-blood! Mam'ya n'yan pumutok na naman ang apendicitis mo!"

"Loka-luka! Paano pang puputok 'yun... e, tinanggal na nga ito, diba?!!!"

"Ayyy! Oo nga pala!"

"P'wede ba, Vina... medyo magseryoso ka naman!"

"Hah? Naku, kapag naging serious ako... e, di kailangang dalhin mo ako sa hospital? Huy, ang gusto ko... yung poging doktor, ha! Hi! Hi! Hi!"

"A-Anong...?"

"Serious, diba sabi mo? Diba, dinadala sa hospital ang isang tao... kapag in serious condition? Hi! Hi! Hi!

Saglit na nalito si Vince. Hindi agad nakuha ang biro. Nang makuha ito ay galit na sininghalan si Vina.

"HAAIISST! ANO BA, VINA? NAUUBOS NA ANG PASENS'YA KO SA IYO — IIWAN NA KITA DITO!!!"

"Vanessa," tugon ni Vina. "Hi! Hi! Hi!"

"Huh?! A-Ano na naman..."

"Hi! Hi! Hi! Ang sabi ko... Vanessa ang pangalan ng kapatid ko. O, ano... masaya ka na?"

Napabuntung-hininga at natawa na lang si Vince. Medyo kinalma muna ang sarili. Nang naka-recover na ito ay siya naman ang nagbiro.

"Wow! Okay, ha... Vina and Vanessa — ang magkapatid na nagdulot ng sandamakmak na kahihiyan at pahirap sa akin! Doble pahirap na nga 'yung isa — nadagdagan pa ng isa pa! Lord, ano ba naman ang kasalanan ko?"

"Hi! Hi! Hi! Sobra ka naman! Ako pa lang naman ang friend mo — yung kapatid ko, na meet mo pa lang."

"Yun na nga! Disgrasyang na-meet ko — sandamakmak na kahihiyan pa ang dinala sa akin!"

"(Giggle!) Pasens'ya ka... masyado ka kasing asumero!"

"Bakit, alam ko bang may kakambal ka?"

"Bakit... nagtanong ka ba?"

"H-Hindi!"

"Hi! Hi! Hi! E, hindi pala — sorry ka na lang!"

"Teka, teka... nalalayo na naman tayo sa usapan. Bakit hindi mo sinasabi sa akin na... may kapatid kang DITO pala nakatira — at kamukhang-kamukha mo pa?"

Napalitan ng pagkaseryoso ang ngiti ni Vina.

"Itinatanong mo pa!" maangas na sagot nito.

Napansin naman agad ni Vince ang pagbabago sa mukha ni Vina kaya nagseryoso na rin si ito, "Bakit...

anong problema kung may kapatid ka? *(Sigh!)* Hindi ba niya alam ang trabaho mo?"

"Smpre naman — HINDI! At kung pup'wede — ayokong malaman niya."

"E, ano ang alam niyang trabaho mo?"

"Cashier... cashier sa isang bar — 'yun ang alam niya."

"Hmmp! Naniwala naman siya sa iyo?"

"Oo! 'Yun na rin ang dahilan ko sa kanya... kung bakit kuntodo ayos at make-up ako tuwing papasok. Ang paliwanag ko... gusto nung may-ari ng club na ganun ang ayos ko... kasi nakikita din ako ng mga customer."

"Wow! Ang babaw, a... pero believable na rin... depende sa tao. Hmmp! Naniwala naman yung kapatid mo?"

"Oo! Ganun ka inosente 'yun. Palibhasa, lumaki sa probins'ya!"

"E, bakit pumunta pa dito ang kapatid mo?"

"Haaay! Lord, ganito ba talaga ka-shunga-shunga itong kaibigan ko?"

"A-Anong shunga-shunga? Sino... ako?!!"

"OO, IKAW! At least yung kapatid ko... inosente! E, ikaw... naturingang Manila Boy... shunga-shunga! Hindi mo ba nakita... nag-aaral yung kapatid ko!"

"Ahhh! Oo nga ano! Sori, ha... ang bobo ko, hindi ko pa naisip 'yun!"

"Sinabi mo pa!" dagdag ni Vina.

"Teka, teka! E, bakit hindi na lang siya dun sa probins'ya n'yo nag-aral?"

"Namatay na kasi yung Tita namin na tinutuluyan ni Vanessa. 'Yung mga anak naman, may kanya-kanya na ring mga pamilya. Hindi rin naman sila masyadong nakakaluwag doon... at nagiging pabigat na ang kapatid ko. Kaya, napagdesisyunan naming magkapatid... na dito na siya mag-aral. Okay, gets mo na... turtle?"

"A-Anong turtle? Sinong turtle?"

"Sino pa? E, di IKAW!"

"AKO?!! Ano naman ang ginawa ko't tinawag mo akong turtle?"

"Hi! Hi! Hi! Kasi po... ang bagal... sobrang B-A-G-A-L-L-L-L mong maka-gets. O, di ba tama lang na tawagin kang turtle! Okay ba... naiintindihan mo ba... TURTLE!"

"Haiiiss! Opo, opo! Sige na, gets ko na! Kaya pala... sobra kang nagtitipid. May pinag-aaral ka kasing kapatid... tama ba ako?"

"Lord, salamat naman po at ginamit din ng mokong na ito ang utak niya!"

Pinalampas na lang ni Vince ang pang-aalaska ni Vina at sandaling nag-isip.

"Teka, teka... mabalik tayo sa simula. Bakit nga... inililihim mo pa 'yung kakambal mo?"

Tiningnan siya ng masama ni Vina.

"Haaiis!! Kailangan pa bang i-explain 'yon? Ang hina talaga ng utak mo, parang turtle! Hindi mo ba naisip na... halos lahat ng kakilala ko dito... alam na GRO ako. Karamihan pa dito ay mga customer ko. Hindi naman lahat sila, pareho mong matino! Paano kung bastusin nila ito? Paano kung isipin nilang pareho ko lang ito? Tapos kamukha ko pa siya... e, di lalong napasama pa!"

"*(Sigh!)* Sabagay, tama ka doon. Kadalasan, ganon ang isip ng iba d'yan."

"Isa pa... tulad nang sabi ko kanina, ayokong malaman ng kapatid ko... na GRO ako... at yung pinag-aaral niya... galing sa kinikita ko dito. *(Sigh!)* Kaya... kung sakaling makakasabay mo... o magkakilala kayo ng kapatid ko... pwede bang ilihim mo rin ito sa kanya? Please lang, Vince..."

"Oo naman! No problem, partner... your secret is safe with me!"

"Talaga? Promise 'yun, ha?" dudang tanong ni Vina. "Parang may nararamdaman akong hindi tama sa boses mo, a?"

"He! He! he! Promise — hindi ko sasabihin kahit kanino ang tungkol sa kapatid mo — SA ISANG KONDISYON!!"

"Kundisyon???"

"Simula ngayon... ikaw na ang laging magbabayad ng kinakain natin!"

Malakas na hampas sa ulo ang sagot na tinanggap nito.

SPLLAAKKKK!

"AREKUP!!! Huy, Vina, umaabuso ka na, ha!

"Hi! Hi! Hi!" pilyang tawa ang isinukli sa kanya ni Vina habang tumatakbong papalayo sabay humihiyaw.

"Aling Marina, tapos na kaming kumain! Singilin n'yo na si Vince — s'ya po ang magbabayad! Hi! Hi! Hi!"

28

The Body And The Guard

* * * * * * * *

"Trusting you is my decision. Proving me right is your choice."

* * * * * * * *

"**V**ince, sino sa tingin mo ang mas maganda... 'yung kapatid ko o ako?" tanong ni Vina.

"Ngek! E, di pareho lang— magkamukha kayo, diba?"

"Hi! Hi! Hi! Oo nga! Pero, diba may mga iba-ibang factors na nakaka-impluwensya dito?" sagot ni Vina, habang nagpa-cute ng husto kay Vince at lumapit na parang nang-aakit. Tulad ng... kung paano manamit... magsalita... maglakad... uhummm... yung sex appeal..."

Bumalikwas palayo si Vince.

"Ayeyeye! Lumayo-layo ka nga sa akin, Vina. Luma na 'yang style mo — itigil mo na yan at nakakapangalisag ka ng balahibo!

"Assuuss, ito naman — parang dahon ng makahiya... masyadong sensitive! Konting nadikit lang ako... akala mo napapaso. Hi! Hi! Hi! Bakit? Siguro natatakot ka na kapag nalapit ako sa iyo... e, hindi mo mapigilan ang sarili mo't *(giggle!)* — yapusin ako at paghahalikan!"

Medyo natigilan si Vince. Kung tutuusin totoo ang mga sinasabi ni Vina. Tuwing lumalapit ito sa kanya na parang nang-aakit, parang gusto niyang makalimot at yakapin ito ng husto. Natatakot siya na baka dumating ang panahon na hindi na niya mapigilan ang sarili at tuluyan nang mabisto ng kaibigan ang itinatagong pagmamahal.

"Heh! Magtigil ka nga — wala ka nang alam kung hindi —" hindi na nito tinapos ang sasabihin, "hmmmpp — bahala ka na nga sa buhay mo!!!"

Parang bata na naglambing si Vina, "Suss, ito naman bebi ko... nagtatampo agad. Alam mo namang... ganyan lang ako manglambing — lalo na sa iyo! Lab na lab ko yata ang kaibigan kong 'to! Sorry na... pretty please!"

Gusto sana ni Vince na tanungin kung hanggang magkaibigan lang ang turing sa kanya ni Vina, pero nagbago ang isip dahil natakot na mapahiya.

"O, bestfriend, bakit hindi ka na umimik d'yan! Sorry na, sorry na!" wika ni Vina sabay nanukso, "tara, kiss tayo para hindi ka na galit sa akin."

Pagkasabi nito ay pumikit ito at ininguso ang mga labi.

Napatingin si Vince sa nag-aanyayang mukha Vina. Hindi nito maalis ang pagkakatitig sa mapupula at kaakit-akit na labi nito. Daig pa niya ang nahipnotismo. Para itong isang magnet na humihila sa kanya. Hindi niya namamalayan na unti-unti na siyang lumalapit para mahalikan ito.

Dahan-dahang naglapat ang mga labi nina Vince at Vina. Napakalambot ng labi ni Vina. Pakiramdam ni Vince ay nasa alapaap siya nang oras na iyon. Nag-uumapaw ang kaligayahang bumabalot sa puso niya. Kung maaari lamang ay ayaw na niyang matapos ang lahat ng ito. Ayaw na niyang maghiwalay pa ang mga labi nila.

Biglang nangibabaw ang malakas na boses ni Aling Marina.

"ETO NA ANG KAPE N'YO MGA SENYORITO AT SENYORITA!!"

Namalikmata si Vince. Napatingin sa sarili at kay Vina. Bagama't halos magkadikit na ang mukha nila, hindi niya nagawang halikan ito.

"NGEK! Ano ba yan? Ilusyon ko lang pala ang lahat ng 'yun!" hinagpis nito sa sarili. *"Nasa isip ko lang pala ang lahat ng mga nangyari. Haaiisst!"*

"Naku, itong dalawang 'to," pagpapatuloy ni Aling Marina, "gusto, seserbisyuhan ko pa at dadalhin ang mga kape nila! Hmmp! Aba, umaabuso na yata kayo? Kung hindi lang suki ko kayo — nungkang gawin ko ito!"

Tiningnan ni Vince si Vina. Nakamulat na ang mga mata nito at halatang nagulat nang makitang halos magkadikit na ang mukha nilang dalawa.

"V-Vince...?"

Napahiya si Vince at biglang iniatras ang ulo. Dahil dito ay naumpog siya sa dala-dalang kape ni Aling Marina.

"Ayyy, ano ba 'yan?" sigaw ni Aling Marina. Hindi nito maiwasang mabitawan ang dala-dala at tumapon ang kape diretso kay Vince.

Halos magtatalon ito dahil sa init ng kape.

"HALLPS! Ahhh! Ahhh! Ang init... ang init!!!" hiyaw ni Vince sabay nagtatakbo papunta sa CR.

Sumambulat ang tawanan sa loob ng karinderia.

* * * * * * * * * *

"Hi! Hi! Hi! Ano bang nangyari sa iyo, Vince?" tanong ni Vina habang hindi pa rin mapigilan ang sarili sa katatawa. Kababalik lang ni Vince matapos maglinis at magpalit ng damit.

"Boses lang ni Aling Marina — nagulat ka na... ayan nabanlian ka tuloy ng kumukulong kape! Mabuti na lang at may dala kang extrang damit na pampalit. Hi! Hi! Hi!"

Inis na inis si Vince na sumagot, "Hmmp! Sige, tawa pa more! Napaso na nga ang tao — pinagtatawanan mo pa!"

Pinilit pigilan ni Vina ang sarili sa pagtawa, "*(Giggle!)* O, sige na... hindi na, hindi na! Sorry na..."

Nagtatampong tiningnan lang siya ni Vince at umirap.

Nakita ni Vina na namumula ang braso ni Vince. Mabilis na napalitan ang saya nito nang pag-aalala.

"A-Ano... kamusta ka na? Napaso ka ba ng husto — namumula ang braso mo? Gusto mo, pa-check natin 'yan sa doktor?"

Medyo nabawasan ang pagtatampo ni Vince, "H-Hindi na... okay lang ako..."

"Yung totoo, Vince. Baka napuruhan ka nung kape... pa-check-up na natin para sigurado."

Lihim namang natuwa si Vince nang makitang nag-aalala ng husto sa kanya ang kaibigan.

"Hindi na... totoong okay na ako. Nadaplisan lang naman ang braso ko... kaya namumula. 'Yung sa binti ko naman... nasalo nung pantalon ko. Makapal naman 'yung pantalon kong maong... so, medyo naharangan yung init."

"Sure ka?"

"Oo sabi," sagot ni Vince sabay malambing na nilaro-laro ang buhok ni Vina.

"Haaay, buti na lang... hindi napansin ni Vina na muntik ko na siyang halikann. H-Hindi kaya siya nagtaka... kung bakit ang lapit ng mukha ko sa mukha niya?" naisip ni Vince, sabay nanghinayang ito, *"(Sigh!) Pero... pero... sayang, sana itinuloy ko na — bahala na lang sana si Batman..."*

Sa panig naman ni Vina ay ito ang nasa isip niya, *"Bakit kaya nagulat si Vince... at saka bakit nakadikit ang mukha nito sa akin? May balak kaya siyang... halikan ako? Ahiiiii! Ano ba itong pinag-iisip ko? Hindi gagawin ni Vince 'yun. At saka — bakit naman niya gagawin 'yun? Haaay, nag-ilusyon na naman ako!"*

Napatingin siya kay Vince. Nahuli niyang nakatingin din itoo kanya. Medyo nailang si Vina. Na-conscious, *"Ahiii! Bakit nakatingin sa akin si mokong? Naku, baka nababasa n'ya 'yung iniisip ko — nakakahiya!!"*

Upang maalis ang pagkakailang, nag-apuhap ito nang masasabi.

"Uhm... ahh... O, ano, Vince... hindi mo na sinagot yung tanong ko kanina. Sino ang mas maganda sa aming dalawa nung kapatid ko."

Palihim na nakahinga ng maluwag si Vince. Katulad ni Vina ay na-conscious din ito. Kunwari ay naiiritang sumagot siya.

"Ahiii! Malay ko! Isang beses ko pa lang nakakasabay yung kapatid mo... paano ko kayo maipagkukumpara sa isa't isa?"

"Oo nga ano... tama ka naman doon!" sagot ni Vina.

Biglang-biglang tinanong nito si Vince.

"Gusto mo bang makilala ang kapatid ko?"

"Haaaissstt! Ayaw, ayaw, ayaw!"

"Bakit naman sobrang pagtanggi mo? Pangit ba ang kapatid ko? Kapalit-palit ba ito?"

"Naku, tigilan mo na 'yang Liza Soberano acting mo — laos na 'yan! Ayoko nang makilala ang kapatid mo. Ikaw nga lang... nareretarded na ko — dalawa pa kayo?"

"Vince naman..."

Haay, naku, Vina — AYOKO, AYOKO, AYOKO!!! Kahit magluluhod ka pa sa harapan ko — AYOKO! Lord, pinahiya na nga ako ng kapatid mo — sandamakmak na kahihiyan ang napunta sa akin... tapos, gusto mo pang makipagkilala ako sa kapatid mo? Ano ako — HILO? Never mind, Vina... mahal ko pa ang sarili ko!"

"Vince..."

"H'wag mo nang ipagpilitan, Vin... baka magkasira lang tayo. No way, no way... NOOOO WAY — PERIOD!!!"

29
Guard The Body?

Bago pa lang mag-7:30 ng umaga ay nasa may kanto na nang Tanguile Street si Vince. Matiyaga itong naghihintay sa may waiting shed para sa pagdating ng kapatid ni Vina. Galit na galit ito sa sarili.

"*(Sigh!)* Bakit ba ako napapayag ni Vina sa plano n'ya? Haaiisst! Naku! NAUTO NA NAMAN AKO NOON! Ahhhh, lagi na lang, lagi na lang! Hindi na ako natuto. Paano ang gagawin ko mamaya? Oh, no... baka mapahiya na naman ako! KAINIS... ang shunga-shunga ko — ob-ob, ob-ob!!!"

Halos batukan nito ang sarili sa pagkainis. Muli nitong naalala ang naging pagtatalo nila ni Vina bago sila nagkahiwalay.

((((((O))))))))

"*NOOOO Way, Vina! NO WAY akong makikipagkilala sa kapatid mo. Ano ako, sira ulo? Sa 'yo pa lang... nareretarded na ko — dalawa pa kayo? Hindi ako kukuha ng batong ipupukpok sa sarili ko? No way... NOOOO WAY!*"

"*Sobra ka naman! Para namang sinabi mong sira ang ulo ko!*" angal ni Vina.

Sasagot sana si Vince, pero tinakpan ni Vina ang mga bibig niya.

"Hep, hep, hep! H'wag ka nang sumagot! Alam ko naman ang isasagot mo!!! Hmmmm! Sige na, Vince... please... my very mabait, maunawain, galante at super-super handsome friend... makipagkilala ka naman sa kapatid ko! Promise, ibang-iba ito sa akin. Good girl ito, mahiyain, hindi taklesang katulad ko..."

"Sheesh! Nambola ka pa! Ahiiii! Sa totoo lang, nakaka-stress ka na, ha! Ang kulit-kulit mo! Hindi mo ba naintindihan ang sinabi ko kanina? Sinabi ko, AYOKO — AYOKO!!! AT PERIOD NA... tinuldukan ko na... tapos na... finish na!"

Malambing na yumapos sa kanya si Vina at itinutok ang mukha nito sa mukha niya, sabay malambing na nakiusap.

"Yung namang period... pwede pa namang dagdagan ng panibgong sentence, diba? Sige na naman bestfriend! Please, please, please!"

Nagkadikit na naman ang mga mukha nila at hindi maiwasan ni Vince na mapatitig muli sa mga labi ni Vina. Katulad ng nauna, muli na naman siyang naakit sa mapula-pulang kulay nito at katukso-tuksong hugis. Hindi na naman niya maiwasang uminit ang pakiramdam at pagpawisan ng malapot.

"Haaiisss! OO NA, sige na — matigil ka lang!" napilitang pumayag ito para hindi mahalata. "Pakawalan mo na ako, please at malapit na akong matuyuan ng dugo sa iyo — Grrrrrrr!!"

Lumuwag ang pagkakayapos sa kanya at sinamantala ito ni Vince para makawala.

"Yihiii! Sabi ko na nga ba — papayag ka rin! Ang bait-bait talaga ng bestfriend ko!" tili ni Vina. "Kaya nga lab na lab kita, e!"

Nakahinga ng maluwag si Vince.

"Oo na... tama na 'yang pambobola mo!" tugon nito, sabay napadasal ng tahimik, "Thank you, Lord! (Sigh!) Muntik na.... ahiiii... muntik na ako talagang bumigay dun! Haaayyy! Thank you ulit, Lord!"

Hindi man nito aminin, may naramdaman na naman siyang panghihinayang sa mga oras na iyon. Hindi niya maintindihan, pero parang nagagalit siya sa sarili. Pilit niyang iwinaksi ang nararamdaman.

"Teka, teka, akala ko ba, ayaw mo akong makilala ng kapatid mo," biglang naisipan nitong itanong. "Anyare? Anong nagbago?"

"Good boy ka kasi! Sigurado akong... wala kang gagawing masama sa kapatid ko."

"Hmmmp! Talaga — gaano ka kasigurado? E, paano kung bastusin ko s'ya?"

Itinaas ni Vina ang mga kamay at nagbanta, "Subukan mo! Mata mo lang ang walang latay!"

Itinaas ni Vince ang mga kamay na parang sumusuko, "O, sige na, sige na! Ayiiii, lumabas na naman ang pagka-amazona nito. Mahihiya si Darna sa pagka-angas mo. O, hala, hala, sige na, nabola mo na ako. Teka, teka, matanong ko lang... ano naman ang naisipan mo... at gusto mong makipagkilala ako sa kakambal mo?"

"Hi! Hi! Hi! Para mabantayan mo din!"

"Asows, anong palagay mo sa akin... si Kevin Costner... the Bodyguard?"

"Wow! Ang taas naman ng pagtingin mo sa sarili mo? Hi! Hi! Hi! Kevin Costner, daw... ang kapal!!!"

"Haaiiss! E, di... di bale na lang!" inis na sagot nito.

"Whoossh! Ito naman, hindi na mabiro... magwawalkout na agad! Biro lang... awat na — Kevin Cosme! Hi! Hi! Hi!"

Akmang galit na aalis si Vince pero mabilis siyang napigilan.

"Suss, ito naman... masyadong balat sibuyas. Biro lang, biro lang... Mr. Kevin Costner! (Giggle!)"

Nanatiling nakasimangot si Vince pero hindi na nagtangkang umalis at sa halip ay bumalik sa pagkakaupo niya.

"Pero, seryoso, Vince... gusto kong makilala mo 'yung kapatid ko... para malaman ko naman ang nangyayari doon. Minsan lang kasi kami magkita noon... at hindi pa nagkuk'wento sa akin."

"Hmmp! Paano ko naman makikila 'yun?" dudang sagot ni Vince. "E, napahiya na nga ako doon nung una kaming nagkita!"

"Kapag nakasabay mo siya uli... tawagan mo ako!"

"Ngek! Kelan naman kaya 'yun? E, tsamba nga lang ang pagkakasabay namin!"

"Kailan ka ba libre? O, kailan ka ulit may appointment sa umaga?"

"Haaisst! Kung anuman ang balak mo — Ayoko, ayoko — AYOKO!!!"

Lumapit si Vina, yumapos at naglambing-lambing, "Sus, ito naman... pumayag ka na kanina, e babawiin mo pa — bawal 'yun... tuloy-tuloy mo na. Ang pogi-pogi talaga ng friend ko — grabe, oozing with sex appeal... macho, simpatiko... KAKAGIGIL!"

"Hiiiiii! Tigilan mo na nga ako ng kabobola mo — nangangalisag lang ang balahibo ko!"

Lalong nagsumiksik si Vina habang patuloy na naglalambing, "Wow, ang laki pala ng mga muscles mo, Vince — ngayon ko lang napansin! Naku, siguro, yung abs mo — malalaki din! Patingin nga, patingin nga!"

Pagkasabi nito ay pilit nitong itinataas ang t-shirt ni Vince.

"HALPS! Huy, ano ka ba, Vina — tigilan mo 'to!"

"Hi! Hi! Hi! Ikaw naman... masyado kang mahiyain. Gusto ko lang namang makita ang..."

"AHIIII! Awat na, awat na!" hiyaw ni Vince. Napatingin ito sa paligid dahil pinapanood na sila ng mga tao doon at nagtatawanan. Hindi naman ito pansin ni Vina at patuloy sa pangungulit.

Napilitan siyang pumayag na, "OO NA! OO NA! Pumapayag na ulit ako!"

"Hi! Hi! Hi! Sabi ko na, papayag ka rin! Ang bait-bait talaga ng kaibigan ko!"

"Heh! Tama na... tumigil ka na d'yan! Mam'ya mo d'yan, magbago pa ang isip ko. (Grrrr!) O, hala... anong plano mo para magkakilala kami ng kapatid mo?"

"Tulad ng sabi ko kanina... kailan ka ulit may appointment sa umaga?"

Saglit na nag-isip si Vince.

"Ummmm, teka... sa Miyerkules yata. May appointment ako dun sa Product Director nung isang company. Balak kasi nu'n na kuhanin ang serbisyo ko."

"Okay, tamang-tama. May klase 'yun ng nine ng umaga. Mga 7:30 umaalis na 'yun... para iwas traffic! Daig ako nun, sa FX nasakay — hehehe! Oo nga pala... nakasabay mo na nga pala ito. Teka, wait lang... sabi mo pagsakay mo, nakasakay na 'yung kapatid ko. Paano nangyari 'yun, e dapat nauna kang sumakay sa kanya?"

"Nagsimba kasi ako. First Friday kasi... sumimba muna ako bago tumuloy."

"Kaya labs kita, e... good boy ka! Sayang lang talaga at can't afford mo ako. Hi! Hi! Hi! Anyway, ganun na rin ang gawin mo sa Miyerkules. Dumaan ka na rin ng simbahan — ipagdasal mo rin ako, ha — na sana bigyan ako ng madatung na Papa! Saka pogi, macho..."

Tiningnan siya ng masama ni Vince, "Ano ba? Gusto mo bang ituloy ko ang pakikipagkilala sa kapatid mo — o hindi!"

"Tuloy, tuloy! Ikaw naman... masyadong masungit. Baka lang naman p'wede mo lang akong ipagdasal na makakuha..."

Lalong sumimangot si Vince at tiningnan ng masama si Vina.

"Sorry na po, sorry na po! Hi! Hi! Hi!" biglang pigil nito. "Ano nga ba 'yung sinabi ko kanina??? Ahhh... ganoon nga — sa Miyerkules mo sabayan si Vanessa, pagkasimba mo... dun ka na sa kanto ng Tanguile maghintay para sigurado. Ano, maliwanag ba?"

"Haaisss! May magagawa pa ba ako?"

"Wala! Hi! Hi! Hi! O, yung bilin ko kapag nagdarasal ka na — h'wag mong kalilimutang ihingi ako ng Papa..."

"Haaay, naku — bahala ka sa buhay mo! D'yan ka na nga!!!"

"Hi! Hi! Hi! Ang mama, o — nag-walk-out! Huy, bumalik ka dito — hindi ka pa nagbabayad! Wala akong pera!!! Aling Marina, paki lista na lang po kay Vince 'yung mga kinain namin..."

$$((((((O))))))))$$

Bigla nitong naalala ang bilin ni Vina sa kanya.

"O, h'wag mong kakalimutan — Vanessa ang pangalan ng kapatid ko. Tapos, mahilig 'yun na sa bandang gitna ng FX umuupo.

"Sa gitna? Bakit naman, e kadalasan masikip doon?"

"Mas malamig daw kasi doon. Saka ayaw n'un nang naka side-view ng upo. O, naiintindihan n'yo na po ba — okidoki, maliwanag?!!"

Maya-maya ay nakita niyang paparating na ang kapatid ni Vina. Umayos si Vince na kunwaring naghihintay ng masasakyan. Pilit niyang itinatago ang mukha sa pag-asang hindi siya mapapansin nito. Pero, dahil dadalawa pa lang silang naghihintay doon, napansin din siya nito. Kitang-kita ni Vince ang pagsimangot ng mukha nito, sabay lumayo at tumalikod sa kanya.

"Haaaiiissst! Sabi ko na nga ba... mamumukhaan niya ako!" nanlulumong nasambit nito. "Paktay *na... siguradong iiwas na sa akin ito. P-Paano ko pa makakausap ito?"*

Muli niyang sinulyapan ang dalaga, *"(Sigh!)* Di bale... pagsakay naman sa FX malalapitan ko siya. Hindi na siya makakaiwas sa akin. Doon ko na lang siya kakausapin."

Biglang may naisip si Vince. Kinabahan ito at nag-alala.

"Nakup! Paano kung isa na lang ang pwedeng makasakay sa FX? Patay!"

May dumating na FX. Agad itong pinara ni Vanessa. Pero dahil mabilis ang andar nito ay medyo malayo sa kinatatayuan nila bago ito nakatigil. Napilitan silang lumakad papalapit dito, nasa unahan si Vanessa habang pasimple namang sumusunod sa likuran nito si Vince.

Umuna ng tingin si Vince at tiningnan ang FX. Nanlumo ito.

Tulad ng pinangangambahan niya — IISA NA LANG ANG BAKANTENG UPUAN DOON!

30
Si Vanessa, Si Vina at si Vince

MaydumatingnaFX.Attuladngpinangangambahan ni Vince, iisa na lang ang bakante dito.

"PAKTAY! Haaiisst! Sabi ko na nga ba!!!"

Pasakay na si Vanessa nang biglang may isang aroganteng ginang ang sumingit sa kanya.

"Ay, ineng... senior ako, senior ako — dapat akong mauna sa iyo!" may angas pang iniwan nitong salita bago sumakay.

Nailing na lang si Vanessa. Walang nagawa kung hindi magpabaya na lang. Bumalik siaysa waiting shed.

* * * * * * * * * *

"Whew! Buti na lang!" pasalamat ni Vince.

Maluwag naman ang sumunod na FX. Tulad ng sabi ni Vina, sa gitna ng sasakyan balak nitong umupo. Pasakay na ito nang maisipang tumingin sa likuran niya. Biglang napasimangot nang makitang kasunod niya si Vince.

Saglit na natigilan ito, sabay biglang umiba ng direks'yon at sa likod nang FX sumakay.

Napahimutok na naisip ni Vince, *"Agiii! Ayun na... umiwas na! Haaiisst! Paano na 'to... anong gagawin ko?"*

Pikit-matang sumunod siya at sa likod din ng FX sumakay. Kahit hindi siya direktang nakatingin, alam niyang nakatingin sa kanya ng masama ang kapatid ni Vina. Pakiramdam nga niya ay mabubutas ang bumbunan niya sa talas ng tingin nito.

"Haaay, Lord, ano ba itong kashungahang napasukan ko?" sabi nito sa sarili. *"Naku, Vina — PAHAMAK KA TALAGA!!! Daig ko pa ang stalker nito!"*

Pero, tinatagan na lang niya ang sarili at nagpatay-malisya. Kunwari ay hindi niya pansin ang dalaga. Sa simula ay nakasimangot at nakatingin pa rin ito sa kanya. Halatang hinihintay siyang tumingin para komprontahin. Pero nahulaan na ito ni Vince at hindi tumitingin kahit kapiranggot sa direks'yon nito.

Nang magtagal ay nanghinawa na ng dalaga at nakalimutan na siya.

Matagal-tagal na rin ang nakalipas pero naduduwag pa rin si Vince na ituloy ang plano nila ni Vina.

"(Sob!) Ano ba 'to at ninenerbiyos ako ng husto. Baka mam'ya mapahiya na naman ako! (Sigh!) Pinagtitinginan na nga ako nitong mga kasabay namin. Obvious kasing... sinundan ko s'ya. Haaiisst! Ano kayang iniisip ng mga ito? Na maniac ako? Stalker o sira ang ulo? Paano kung semplangin na naman ako nito? Ngiiii! Baka mam'ya ipapulis na ako nito...""

Napatingin siya sa daan.

"Nakupo... malapit na palang bumaba ang kapatid ni Vina!"

Lalong ninerbiyos si Vince. Kahit malamig ang aircon ay butil-butil na pawis ang nararamdaman nitong umaagos sa noo at likod niya. Pasimple itong sumulyap sa dalaga.

"Ahiiii! Bahala na... it's now or never!"

Kinuha nito ang cellphone at tumawag. Maya-maya ay tinapik nito ang babae. Muling napasimangot ito nang makitang siya ang tumatapik sa kanya. Iisnabin sana siya pero natigilan nang iniabot niya ang kanyang phone.

"Hmmp!! ANO PO ITO?" galit na tanong nito habang patuloy ang pagsimangot sa kanya.

"P-Para sa iyo... PLEASE..."

Ayaw kuhanin ng babae ang cellphone, "Huh? At bakit ko naman sasagutin 'yan? Malay ko kung sino yan? Baka mam'ya budol-budol gang kayo!"

Nagtitinginan na ang mg pasahero kay Vince. Halos manliit ito sa kinauupuan niya.

"H-Hindi! Hindi ako budol-budol! Please lang... may gusto lang makipag-usap sa iyo. K-Kapag hindi mo gusto ang narinig mo... itapon mo na lang ang cellphone ko. PLEASE..."

Iritang kinuha ng babae ang cellphone at sinagot.

"Hello?"

Nakahinga ng maluwag si Vince nang makitang umaliwalas ang mukha nito at pagkatapos ay tumawa habang nakikipag-usap. Pati ang tensyon sa loob ng sasakyan ay nawala.

Hindi naman nagtagal at masayang ibinalik ng babae ang cellphone sa kanya, pagkatapos ay ngumiti.

"Ikaw pala 'yung sinasabi sa akin ni Ate, na kaibigan niyang ipakikilala sa akin," wika nito.

"Heheh! Ako nga, ako nga!"

"Kung hindi ako nagkakamali, ikaw din yung nag-akalang... ako ay... si Ate ko last week — tama ba?"

"O-Oo... ako din 'yun. 'Yung tinarayan mo... hehehe! Ah, uhm... pasens'ya ka na nung araw na 'yon... akala ko talaga si Vina ka!"

"Hi! Hi! Hi! Okay lang 'yun. Nasanay na rin akong laging napagkakamalan kay Ate. Kaya lang... presko kasi ang dating mo noon... nainis ako! Ayun, natarayan tuloy kita. Pasens'ya na rin."

"Kasalanan ko rin. Akala ko talaga si Vina ka... e, kasi kakulitan ko na 'yun... so, ayun nga... ang lakas ng loob kong mang-b'wisit!"

"Hi! Hi! Hi!"

Teka, teka... bakit Ate ang tawag mo kay Vina... diba kambal kayo?"

"Oo! Pero mas nauna siyang inilabas ng ilang segundo... so technically, mas matanda s'ya sa akin! Hi! Hi! Hi!"

"Heheh... di ko naisip 'yun, a! A-Ako nga pala si Vince... nice meeting you!"

"Nice to meet you, too. Ako naman si Vanessa!"

Magiliw at masaya ding kausap si Vanessa. Pero hindi ito taklesa at alaskador na katulad ni Vina. Medyo may pagkamahinhin at mahiyain pa ito.

"(Giggle!) Kung gaano ka-bulgar at kaingay si Vina... kabaliktaran naman itong kapatid niya. Pero, pareho silang masayang kausapin. Halos magkamukhang-magkamukha talaga silang dalawa. Kung hindi lang dahil sa balat nito sa braso, hindi ko mahuhulaan ang isa sa isa."

"Hindi man naka-make-up si Vanessa pero, ganun din ang ganda niya... tulad ni Vina. Maaliwalas... maamo... hindi nakakasawang tingnan... tatatak sa isipan mo..."

Napatingin ito sa malayo, may malalim na iniisip. Habang nagmumuni-muni ay nagpapalit-palit sa isipan niya ang imahe ni Vina at Vanessa. Sa simula ay naiiling ito pero sa huli ay nasabing, *"(Sigh!) P'wede... p'wede..."*

* * * * * * * * * *

Sa pagpupumilit na rin ni Vina, naging madalas ang pagsabay ni Vince kay Vanessa. Eksakto naman na natuloy ang project ng binata kaya naging madali ito sa kanya.

Ayon sa kwento ni Vanessa, silang dalawa na lang ang nabubuhay sa pamilya nila. Matagal nang namatay ang kanilang mga magulang. Katatapos pa lang ng elementary ni Vina ay dinala na ito ng kinikilala nilang tiyahin sa Maynila. Pinangakuang pag-aaralin daw sa private school. Naiwan si Vanessa at nagpatuloy ng pag-aaral sa tulong ng mga pinsan. Pero, taliwas sa ipinangako kay Vina, sa public school lang ito pinag-aral at ang masaklap pa ay itinuring itong parang isang katulong.

Nang nasa second year na si Vina nang maglakas loob itong maglayas. Hindi nito nakayanan ang ginagawang pagmamalupit sa kanya. Matipid si Vina at ginamit ang konting naipon para makapag-simula. Nangupahan ito ng isang maliit na k'warto upang matuluyan at namasukan ng trabaho. Sa simula ay kung anu-anong trabaho ang pinasukan nito para kumita.

Naging tindera, ahente, naglalako ng kung anu-ano, sales representative, clerk at sa huli ay naging cashier. Dito na niya kinuha si Vanessa upang ipagpatuloy ang pag-aaral nito sa college.

Hindi na kailangang sabihin ni Vanessa na sobra-sobra ang paghanga at respeto nito sa kapatid. Sa kilos at pananalita nito ay ramdam na ni Vince ang taas ng pagtingin nito sa kapatid. Hindi na s'ya nagtataka kung bakit inililihim ni Vina ang tunay nitong trabaho.

* * * * * * * * * *

Palibhasa ay bestfriend siya ni Vina kaya naging mabilis din kay Vince na maging close kay Vanessa. Ang paminsan-minsan nilang pagsasabay ay naging regular na. Paminsan-minsan pa ay kumakain sila sa labas. Dito na rin napansin ni Vince ang iba pang pagkakaiba nina Vina at Vanessa. Kanang kamay kung kumain at magsulat si Vanessa, samantalang si Vina naman ay kaliwa ang gamit. Kung si Vina ay super-seksing magdadamit, simple at tama lang sa hubog ng katawan manamit si Vanessa. Hindi rin ito nagme-make-up. Taklesa at maharot si Vina, samantalang mahinhin at tahimik lang si Vanessa. Matakaw si Vina — kahit ano kinakain. Si Vanessa naman ay mapili. Maraming pagkain daw ang bawal sa kanya dahil may ulcer ito.

Nang nagtagal ay palagi na rin silang nagtatawagan ni Vanessa sa cellphone. At dahil laging sa umaga o tanghali ang appointment niya, minsan ay hindi niya nasasabayan si Vina pag-uwi nito sa umaga.

Hindi maiikaila ni Vince na nagiging malapit na rin siya kay Vanessa.

"Naku, Vince... mukhang nadadalas na ang pagsabay-sabay mo sa kapatid ko. Ehemm! K'wento sa akin 'nun, tuwing Martes at Huwebes ay palagi na kayong sabay! At minsan pa, tuwing uwian ay nagyayaya kang kumain kayo."

"Selos ka?"

Sandaling natigilan si Vina pero bumawi agad.

"Hindi, a! Nag-aalala lang ako kasi... baka maubusan ka ng perang panglibre sa akin — e, di paano naman ako... huhuhu... mawalan ako ng sponsor! *(Giggle!)* Wawa naman me!"

"Assusss! Ayun at lumabas din ang tunay na kulay mo — yung sarili mo pa rin ang iniisip mo! H'wag kang mag-alala... kapag inililibre ko si Ness, nakasubi na 'yung pang blow-out ko sa iyo!"

"WOW... as in WOW!"

"Wow? Anong ibig mong sabihin naman noon?" nagtatakang tanong ni Vince.

"Hmmp! Aba, talagang... close na yata kayo ni utol... as in very, very close! Di man lang ako informed."

"Huh! B-Bakit mo naman nasabi 'yan?"

"Ehemm... e paano po... pa Ness-Ness ang tawag mo sa kanya!" tukso ni Vina. "From Vanessa to Ness in a very short period of time... WOW DIN, impress ako!"

31
Tik! Tok! Tik! Tok!

Kahit itanggi ni Vince, aminado ito na nagiging close na siya kay Vanessa. Kahit sandali pa lang silang nagkakakilala ay mabilis niya itong nakagaanan ng loob. Hindi maalis dito na paghambingin ang magkapatid.

"Halos wala ring pagkakaiba ang ugali ni Vina kay Vanessa. Pareho silang masayang kausapin at hindi plastik. Mas taklesa nga lang si Vina at saka maharot! Ha! Ha! Ha!"

Aminado itong mas malapit siya kay Vina. Hindi mabibilang ang mga pinagdaanan nilang "hirap at ginhawa" samantalang sila ni Vanessa ay nagsisimula pa lang. Kung titimbangin, sobra-sobra ang lamang ni Vina sa kapatid niya.

"(Sigh!) Parang medyo naguguluhan ako sa sit'wasyon ko ngayon. Parang nagsasalawahan ang puso ko. Aminado ako, mahal ko si Vina... pero... pero... may patutunguhan ba ito? Saka, may pagtingin din kaya siya sa akin? Baka naman... mali ako sa pag-aakalang... may pagtingin din siya sa akin? Paano kung nagkakamali lang ako? Paano kung... bilang kaibigan o kapatid lang ang turing nito sa akin? Si Vina na mismo ang nagsabing... wala akong pag-asa sa kanya. Dapat pa ba akong mag-asa?"

Muling nabaling ang atens'yon nito kay Vanessa.

"Okay lang naman siguro kay Vina... kung liligawan ko si Vanessa. Maiintindihan din naman niya siguro... kung bakit ang kapatid niya ang pinili

ko. S-Saka, kung saka-sakali... mas tama lang na si Vanessa ang ligawan ko. Oo, tama!"

Kahit walang katuturan ay pilit niyang kinumkumbinsi ang sarili na tama ang naging desisyon niya.

"Kahit si Vina... maiintindihan ito. S'ya na mismo ang nagsabing... hindi kami p'wede sa isa' isa! O, bakit ko pa ipipilit ang sarili ko?"

Pilit nitong binibigyan ng katwiran ang kanyang desisyon. Pero sa kaibuturan ng puso nito, alam niyang gumagawa lang siya ng dahilan.

Katatapos lang kumain ng miryenda nina Vince at Vanessa. Habang nagkuk'wentuhan ay naisipan ni Vince na magparamdam ng saloobin niya dito.

"Uhumm... Ness, kamusta naman ang pag-aaral mo?"

"Mmmm... okay naman, so far. Siguro, kahit papaano, ga-graduate ako kasama sa top twenty nang batch namin. Kung hindi man... okay na rin 'yun. Ang importante ay makaka-graduate na ako."

"Wow! Ang galing! Top 20?!! Aba, hindi biro-biro 'yung makasama sa top 20. Tama si Vina, matalino ka nga talaga!"

"Hindi naman," sagot ni Vanessa. "Actually, siguro kung nagpatuloy si Ate ng pag-aaral niya, baka mas nadaig pa niya ako."

"Ha! Ha! Ha! Si Vina dadaigin ka? Suntok sa buwan 'yon. Siguro... kung sa pagdating sa katarayan, kalokohan at pagkasira ng ulo ang usapan— p'wedeng-p'wede. Hahaha!"

"Hi! Hi! Hi! Lagot ka... isusumbong kita kay Ate!"

"Nakup! Please h'wag! Maawa ka naman sa akin. Sigurado ko tatalakan ako ng husto noon kapag nalaman ang tungkol sa sinabi ko."

"Hi! Hi! Hi! Biro lang! Ang bilis mo namang matakot! Saka, hindi ko naman gawain 'yun. At kung sakali man, off limits kay Ate ang mga pinag-uusapan natin... hindi ko sinasabi sa kanya 'yung mga pinag-kuk'wentuhan natin," pagliliwanag ni Vanessa.

"Totoo?" tanong ni Vince. "Bakit?"

"W-Wala lang! Personal ko na ito... at ayokong nalalaman ni Ate ang tungkol sa personal kong buhay. Saka, ganoon din naman ako sa kanya. Kung ano ang ayaw niyang ipaalam sa akin, nirerespeto ko.

Dahil sa narinig, nabuhayan ng loob si Vince na ipagtapat ang saloobin niya.

"Uhumm... t-tama ka naman doon. Syempre, kahit magkapatid kayo... dapat may limitasyon 'yung pakikialam ninyo sa isa't isa."

"Mismo!" sagot ni Vanessa.

"Ahemm... maiba ako ng usapan. Uhumm... m-mabuti naman at nakakapag-concentrate ka sa pag-aaral mo. Wala bang umaalialigid sa iyong mga hung-hang sa school?"

"Hi! Hi! Hi! Wala! Wala!"

"Owwws— TOTOO?! 'Yung ganda mong 'yan... walang nanliligaw sa iyo? Weh, maniwala ako! Siguro may boyfriend ka na, ano— isinesekreto mo lang?!!"

"Honest, walang nanliligaw sa akin... at wala din akong boyfriend! Okay, okay... aaminin mo, maraming umaaligid at mga nagpaparamdam. Pero, sinesemplang ko agad."

"Huh? Bakit naman— man-hater ka ba?"

"Hi! Hi! Hi! Hindi, a! Porke ba ayaw lang magpaligaw— man-hater na?"

"Hehehe! Oo nga naman... mali naman ako doon. Pero, nakapagtataka lang kasi... na ang katulad mong isang maganda... e, ayaw maliligawan o magka-boyfriend."

"(Giggle!) Nakakadalawang 'maganda'na ako sa iyo, a! Tama na sa bola!"

"Talaga namang maganda ka. Saka, hindi lang maganda... sobrang mabait pa at masipag! Ito ang mga katangiang hinahanap ko sa isang babae."

Medyo namula ang mukha ni Vanessa sa narinig at umiwas ng tingin.

Naalangan din si Vince kaya nag-ad lib, "A-Ah, ano... ang ibig kong sabihin e— 'yun ang mga katangian mo ang... ang ano... ahh, ahh... ang karaniwang hinahanap NAMING mga lalake sa babae. Hehehe! Hindi naman lahat... karamihan lang. Uhmmm... este, seryoso na... bakit ayaw mo pang mag-boyfriend... nasa tamang edad ka na naman?"

"Uhummm... sa totoo lang— wala lang!"

Naguluhan si Vince sa isinagot sa kanya, "Huh? Ano 'yun?"

"Gusto ko kasing makapag-focus muna sa pag-aaral ko. Kadalasan kasi— hindi ko nilalahat, ha... kapag may boyfriend na ang isang babae... napapabayaan ang pag-aral."

"Bakit, ganon ka ba?"

"Uhmmm... ewan ko... hindi ko alam— wala nga akong boyfriend, diba? Hi! Hi! Hi!"

"Haaiisst! Oo nga pala, ano!"

"So, habang hindi pa ako nakakatapos... ayoko munang magka-boyfriend. Hi! Hi! Hi! Mahirap na— baka ganun din pala ako... madiskarel pa ang pag-graduate ko! Mabuti na 'yung sigurado!"

Parang nawalan ng pag-asa si Vince ng marinig ito.

"G-Ganon?" malungkot na tugon nito

Napatingin si Vanessa sa kanya, parang nagtatalo ang kalooban sa sasabihin. Nang muling magsalita ito, pakiramdam ni Vince ay may ipinahihiwatig ito "S-Saka, wala naman akong type sa mga nanliligaw sa akin."

Muling nabuhayan ng loob si Vince, "B-Baka... baka naman masyado kang choosy!"

"Hindi! Basta't mabait, faithful at kaya akong buhayin... okay na sa akin yun! Isama mo na din 'yung pagiging matured."

Tuwang-tuwa si Vince sa narinig. Eksakto siya sa lahat ng hinahanap ni Vanessa. Biglang lumakas ang loob nito.

"Uhumm... may... may nakita ka na bang pareho sa hinahanap mo?" tanong nito.

Tumingin sa kanya ng diretso si Vanessa at sumagot, "MERON... MERON NA!"

32
The Second Option

* * * * * * * *

**"You know it's love when all you want is
that person to be happy, even if you're
not part of their happiness"**

* * * * * * * *

"**U**humm... may... may nakita ka na bang lalaki na pareho sa hinahanap mo?" tanong ni Vince.

Matagal na tumingin si Vanessa sa kanya. Tinitimbang ang sasabihin.

"M-Meron... meron na!"

"S-Sino... ?" excited na tanong ni Vince nang biglang natigilan. May lumapit kasi sa kanilang waitress.

"Sir, Ma'am... baka may gusto pa po kayong orderin?" tanong nito.

"Hah?!! Uhm... okay na ako... okay na ako!" sagot ni Vince at bumaling kay Vanessa. "Ikaw, Ness... may gusto ka pa bang i-order o kainin?"

"Wala na, wala na! Okay na ako. Busog na busog na nga ako! Thank you na lang..."

Magalang na nagpaalam at umalis ang waitress.

Dahil sa biglang pagdating nang waitress, nadiskaril ang nabubuong sandali sa pag-itan ng dalawa.

"*Haaiisst!*" naibulong ni Vince sa sarili. "*Nandoon na! Nandoon na! Ahiii— wrong timing naman si Ate! Kainis!!!*"

Palihim nitong sinulyapan si Vanessa. Halatang naiilang na ito sa kasalukuyang situwasyon. Kinabahan si Vince na baka nawala na nang tuluyan ang pagkakataong ito.

"*Bahala na!*" nasabi ni Vince. Muli nitong hinarap si Vanessa.

"S-Sino kamo 'yung nagugustuhan mo?" pikit-matang tanong nito.

Pero inabutan na ng hiya si Vanessa, "Huh?-Wala, wala! Nasabi ko lang 'yung... hinahanap ko sa ideal man ko."

Dismayado si Vince, A-Akala ko... meron ka nang nagugustuhan. 'Yun kasi ang intindi ko sa sinabi mo..."

Pero, talagang tumiklop na si Vanessa, "HIndi, hindi! Hindi 'yun ang ibig kong sabihin!" madiing tangi nito.

Naramdaman ni Vince ang tensyon sa pag-itan nila. Kung magpupumilit pa siya ay baka lalong mapurnada ang ang lahat-lahat. Medyo bumuwelta muna siya.

"Okay, okay... gets ko na. Ako pala ang mali. Sori, sori! Masyado akong advance mag-isip! Ha! Ha! Ha!"

Medyo nawala ang namumuong tensyon sa kanilang dalawa.

Hi! Hi! Hi! Mismo!"

Hindi makuntento si Vince. Ayaw nitong pakawalan ang pagkakataong ito. Umisip ito ng ibang paraan para mapaamin ng totoo si Vanessa.

"Ummm... Ness," alanganing pasimula nito. Nakita niya na bigla na namang nagbago ang mukha ni Vanessa kaya inabot rin siya ng takot. Sa halip na magpumilit ay nagpasaring na lang, "Uhm! Ahh, ahh... kung sakali—kung sakali lang naman, hehehe... I mean... kung sakaling... l-ligawan ka— ng ideal man mo. Sasagutin mo ba... may pag-asa ba ito sa iyo?"

Sandali siyang tiningnan ni Vanessa bago tumingin sa malayo. Ilang nakakailang na sandali ang lumipas.

"O-Oo.. Oo naman!" Mmmm... kaya lang... kaya lang... ang alam ko, may minamahal na itong iba, e!"

"Wow!... parang, nagpaparamdam siya sa akin," tanong ni Vince sa sarili. *"Tama ba ako? Ano ba ang dapat kong isagot? Baka naman... palpak lang itong inaakala ko — mabuliyaso lang lahat? Pero, kung palalampasin ko ito... baka hindi na ulit ako magkaroon ng ganitong pagkakataon... (Sigh!) Bahala na— bahala na si Batman!!"*

Malakas na sumagot ito, "B-Bakit mo naman nasabi 'yon?"

"W-Wala. Feel ko lang," sagot ni Vanessa.

"Paano... kung nagkakamali ka? Paano kung... yung iniisip mong mahal... e, kaibigan lang niya?"

"E, di syempre..." sagot nito, bago panandaliang natigilan. Pumikit ito, huminga muna ng malalim, bago buong tapang na sinabing, "... sasagutin ko agad ito ng matamis na OO!"

Pagkabanggit nito ay hiyang-hiyang tumayo si Vanessa, "Naku... kailangan ko nga palang makauwi nang maaga! Tara na, Vince... marami pa akong lesson na aaralin pagdating sa amin."

Bagama't naging tahimik na lang sila habang papauwi, pakiramdam ni Vince ay lumilipad siya sa alapaap. Hindi nito mapigilang mangiti habang binabalik-balikan ang napag-usapan sa isipan niya.

————————————————

Nang nasa bahay na si Vince ay sariwa pa rin sa isip niya ang lahat.

"Hmmm... ano ba 'yon? Pahiwatig ba 'yun o babala? Kung pahiwatig 'yun... ibig bang sabihin noon — may pag-asa ako sa kanya? Kung babala naman... bakit naman niya ako babalaan? Totoo naman ang ipinahiwatig ko— wala kaming relasyon ni Vina... magkaibigan lang kami."

Hindi nito maiwasang ma-guilty.

"A-Ano nga ba talaga ang meron sa amin ni Vina? Hindi ko rin maintindihan. Mahal ba n'ya ako... bilang ka-relasyon niya... o bilang kaibigan lang? Mahal ko rin ba s'ya... o natutuwa lang akong kasama s'ya? 'Yun bang... parang companion lang... kasa-kaa lang— parang ganun lang!"

"Kung si Vina at ako... parang maraming komplikasyon... maraming problemang haharapin. Pero kung si Vanessa at ako... malinis na malinis— walang problema. Dalaga s'ya... binata ako. Libre siya... libre rin ako— match made in heaven!

"P-Pwede pa rin naman kaming maging BFF ni Vina kahit girlfriend ko na ang kapatid niya. Pero, medyo nakakaasiwa din 'yun, kahit papaano. Ibang klase rin kasi ang pagka-close namin ni Vina. Kung tutuusin, para na ring mag-s'yota ang turingan namin... wala nga lang label. Pero... okay lang kaya kay Vina kung magiging ganoon ang sitwasyon?"

Sa huli ay kinumbinsi nito ang sarili na wala s'yang pananagutan at hindi dapat intindihin ang damdamin ni Vina.

"Haay naku! Malaki na 'yun! Dapat maintindihan niya ang sitwasyon ko. Matanda na s'ya— at kung saka-sakaling maging kami ni Vanessa... tanggapin na lang niya ito — wala naman din siyang magagawa!"

Alam ni Vince na gumagawa lang siya ng dahilan para gawing tama ang desisyon. At kahit binabagabag siya ng puso niya ay ipinag-walang bahala niya ito.

33
The Other Option

"**V**ince, nagtatampo na ako sa iyo," wika ni Vina habang kumakain sila.

"Huh? Bakit naman?"

"Napapansin ko kasi... mas madalas na kayong magkasama ni Vanessa... kaysa sa akin..."

"Selos ka naman?" pabirong tanong ni Vince.

"M-Medyo... syempre," sagot ni Vina. "Mas nauna kasi tayong... naging... ummm... magkaibigan... pero ngayon, parang mas mukhang mas close ka na sa kanya... kaysa sa akin."

Pabirong ginulo-gulo ni Vince ang buhok nito, "Assuuss! Minsan lang nagselos ito... sa kapatid pa n'ya!"

Inaasahan ni Vince na sisinghalan siya ni Vina, pero nagulat siya nang hindi ito kumibo at nagpatuloy lang sa pagkain.

"Diba, lagi pa rin naman tayong magkasabay...," bawi ni Vince, "at lagi pa rin naman tayong kumakain ng sabay?"

Tumango-tango lang si Vina. Nang magsalita ito ay nagulat si Vince sa sinabi nito.

"Kung... kung mas gusto mong... mas laging kasama si Vanessa... okay lang. H-Hindi naman kita masisisi."

Kahit nahuhulaan na ni Vince ang ipinahihiwatig ni Vina ay nagkunwari itong hindi naiintindihan ang narinig.

"Hah? A-Ano yang pinagsasasabi mo? Ano 'yung ibig mong sabihing... kung mas gusto kong kasama si Vanessa? Hindi ko yata mainitindihan? Pareho ko lang naman kayong gustong kasama..."

Malungkot na tinitigan siya ni Vina, "Vince, hindi ka magaling umarte... at hindi ka rin magaling magsinungaling. O-Okay lang naman sa akin... kung mas lagi mong kasama si Vanessa. Kapatid ko naman 'yun. *(Sigh!)* Saka... saka... kung may balak kang... ligawan s'ya... go lang — okay lang sa akin 'yun..."

Magkakaila pa sana si Vince pero naramdaman niyang hindi naniniwala si Vina kahit ano pa ang kanyang idahilan. Napilitan na itong ipagtapat ang tunay na saloobin.

"Uhm... Talaga? O-Okay lang... talaga sa iyo?"

"Oo naman! Bagay kayo noon!"

"Paano ikaw... tayo?"

"Huy, Vince... anong pinagsasasabi mong tayo? Walang tayo! Friends lang tayo, diba— BFF, yun lang! Saka— HALER!!! ... magising-gising ka... GRO ako — gusto mo bang pagtawanan ka ng mga kaibigan at kamag-anak mo... kung ako ang girlfriend na ipapakilala mo sa kanila?"

"S-Sabagay..."

Napakasakit kay Vina ang marinig ito. Kahit katiting lang ay nag-aasa siyang pasusubalian ni Vince ang kanyang mga sinabi. Pero hindi ito nangyari. Parang may kutsilyong humiwa sa puso niya nang marinig ito.

"(Sob!) Dapat ba akong umasa?" naluluhang naitanong nito sa sarili.

"T-Talagang... okay lang sa 'yo, Vin?"

Parang may bumara sa lalamunan ni Vina sabay nagsikip ang dibdib nito. Nangingilid ang mga luha nito. Upang hindi mapansin ay tumalikod at nagkuwaring may inaayos sa damit.

"Huy, Vina... tinatanong ko kung... okay lang talaga sa iyo?"

Pinilit ni Vina na paluwagin ang bara sa lalamunan niya.

"Uhumm... Uhm! Oo naman! Sige lang — GO, GO ka!" sagot nito, sabay idinagdag, "... at saka... kung hindi man kayo ni Vanessa — piliin mo 'yung pareho mong matino!"

"A-Anong matino?" tanong ni Vince. "Huy, humarap ka nga sa akin — bakit ba nakatalikod ka habang kausap ako?"

"Uhumm... ano... inaaayos ko lang itong bra ko! Bakit, gusto mong tingnan? Libre lang!" sagot ni Vina at kunwari ay tumawa. "Hi! Hi! Hi... *(sniff!)*"

"Hindi, hindi! Ikaw talaga, lagi mo na lang akong— Haaaiisss! Sige na, sige na... ano 'yung ibig mong sabihin dun sa sinabi mong... pumili ako ng matino?"

"Simple lang. Kung hindi man kayo ni Vanessa, 'yung piliin mo ay h'wag katulad kong GRO. Pumili ka ng malinis... matino— hindi second-hand. 'Yun ang bagay sa iyo. *(Sniff!)*"

Hindi maiwasan ni Vina na gumaralgal ang boses niya at napansin ito ni Vince.

"B-Bakit ganyan ang boses mo? May dinaramdam ka ba?"

"Dinaramdam? W-Wala, wala! Nasamid lang ako."

Tila nakaramdam si Vince, "Uhm... ano... 'yung tungkol kay Vanessa... ahhh, ahh — wala lang 'yun... naitanong ko lang. H-Hindi naman ako seryoso— biro lang 'yun!"

"*(Sigh!)* Vince, h'wag ka nang umarte pa o magdahilan. Sabi ko naman sa simula pa... naiintindihan kita. Ang kapatid ko... di katulad kong... isang GRO. Hindi naman kita masisisi... kung... *(sniff!)*... kung may balak kang ligawan s'ya. Bagay kayo nun."

"Haaiiss! Tigilan na nga natin ito! Kung anu-anong ipinapasok mo sa isip mo!" galit na sagot ni Vince.

Humarap si Vina sa kanya at tumingin ng makahulugan, "Bakit, Vince... hindi ba totoo ang mga sinabi ko?"

"Haaay, naku... tumigil ka na 'dyan, Vina!" b'welta ni Vince, sabay tayo at alis, "Haaiisst! Aling Marina... magkano ba 'yung kinain namin? Magbabayad na po ako!"

Pasimple nitong sinulyapan si Vina. Nakita nitong nakatingin pa rin ito sa kanya. Hindi niya maiwasang ma-guilty. Alam niya... na alam nito... na totoo ang mga paratang nito. At umiwas siyang harapin at sagutin ang mga ito.

* * * * * * * * * *

Nang mapag-isa na sa bahay si Vince, muli nitong naalala ang mga huling sinabi ni Vina.

"*Vince, sabi ko naman... naiintindihan kita. Ang kapatid ko... di katulad kong... isang GRO. Hindi naman kita masisisi... kung... kung may balak kang ligawan s'ya. Bagay kayo nun."*

"Bakit, Vince... hindi ba totoo ang mga sinabi ko?"

Napaisip ito. Inaarok ang damdamin sa magkapatid.

"Haaaiiss! Ano ba 'to? Parang nalilito ako. Bakit ganoon si Vina... parang may ipinahihiwatig siya? Mahal ba n'ya ako? P-Pero, s'ya na rin ang nagsabing... wala akong pag-asa sa kanya. Pero kanina.. bakit parang... Ahhhh! Ano ba... nalilito na talaga ako?"

"Ahhh... siguro... wala lang sa mood 'yun— konti lang siguro naging customer! Ha! Ha! Ha! Baka mga barat pa!

"Mmmm... baka naman... nag-aalala lang si Vina... na baka hindi ko na siya ililibre! Ahahaha! Tama... 'yun na nga 'yun!

"Anyway... if ever... wala naman sigurong masama... kung magka-interes ako kay Vanessa. Binata naman ako... at dalaga ito. Malinis naman ang intens'yon ko. Kung sakali... baka nga... tuwang-tuwa si Vina kung mangyayari 'ito. At least, sigurado siyang matino ang magiging boyfriend ng kapatid niya."

34
Kisapmata

Hindi na muling binanggit ni Vina ang tungkol sa napag-usapan nila na labis namang ikinatuwa ni Vince.

"(Sigh!) Mabuti naman at hindi na inungkat ni Vina ang tungkol sa kanila ni Vanessa. Siguro nga, may topak lang ito nung araw na 'yun... o baka bilog ang buwan? Ha! Ha! Ha! At least, makakahinga na ako ng maluwag ngayon!"

* * * * * * * * * *

Dahil nakatuon na ang atens'yon niya kay Vanessa, hindi nito napapansin na unti-unti nang siyang nagbabago sa pakikitungo kay Vina. Hindi na siya ang dating Vince na sobra-sobrang mag-aalala sa kaibigan. Nabawasan na rin ang oras na magkasama sila. Kung dati ay inaabot sila ng umaga sa kakak'wentuhan, ngayon ay halos sandali na lang sila nag-uusap. Hindi din nito napapansin ang lungkot sa mga mata ng dalaga tuwing naghihiwalay sila.

Sa kabila ng lahat, hindi naman nagbabago si Vina sa pakikitungo sa kanya. Masaya, makulit at maharot pa rin ito tulad ng dati. Hindi man niya aminin— siya ang nagbago. Hindi na siya ang dating kaibigan na nakikipagkulitan o nakikipagharutan kay Vina. Sa isang kisapmata, tuluyan nang nagbago ang pakikitungo niya sa kaibigang GRO.

* * * * * * * * * *

Kasalukuyang naglalaro na naman ang imahinasyon ni Vince. Magkasama daw sila ni Vanessa. Sila na daw! Nakapagtapat na siya dito ng pag-ibig niya at malugod na tinanggap ito ng dalaga. Anupa't ang saya-saya ng pakiramdam ni Vince. Nagulat na lang ito nang gulantangin siya ng boses ni Vina.

"Vince? Vince? Huy, gising!'""

"Huh? A-Ano yun, Vina?"

"*(Sigh!)* Ano ka ba? Sandali lang akong pumunta ng CR, pagbalik ko... nangangarap ka na d'yan!"

"Hindi, hindi!" kunwaring pagtanggi pa ni Vince, "A-Ano... bakit ba?"

"Aigoo! Kanina pa ako tanong ng tanong sa iyo. *(Sigh!)* Ika ko, kung gusto mo pa ring magkape tayo?"

"Kape? Tayo?"

"Haler? Sino pa? E, tayo lang dalawa ang naandito? May nakikita ka bang iba? Wala, 'no! Siguro, multo mayroon!"

Pinitik-pitik ni Vina ang mga daliri nito sa may mata ni Vince.

"Earth to Turtle, earth to Turtle... we have a problem— a major, major problem? Hi! Hi! Hi! Huy, ano ka ba? Mag-react ka naman! Lagi ka na lang wala sa sarili mo. Ano bang problema mo? Meron ka bang mens ngayon? *(Giggle!)*"

"Problema... ako?"

"Haaiisss! Ayan ka na naman, e... inuulit mo lang ang sinasabi ko!" pagalit ni Vina, sabay biro, "Ano ka ba, tape recorder? Aba, matagal nang na phase-out 'yon—balak mo na bang sumunod? Hi! Hi! Hi! H'wag muna... ang bata-bata mo pa!"

Dati-rati ay simula na ito na ang walang katapusang biruan at alaskahan ng dalawa. Pero taliwas dito ang nangyari. Hindi kumagat at nanatiling seryoso si Vince. Tila hindi pansin ang pagbibiro ng kaibigan.

"Ah, e... sori, sori! M-May problema kasi dun sa project namin... ka-kaya medyo wala ako sa sarili..."

Malungkot na napatingin si Vina kay Vince. Alam niyang nagsisinungaling ito pero nagsawalang-kibo na lang.

"O, hala, hala! Mabalik na lang tayo dun sa sinasabi ko... gusto mo pa bang magkape tayo?"

Medyo inip na napatingin si Vince sa relos niya, "Uhm... h'wag na lang. Inaantok na ako. Uwi na lang tayo... parang gusto ko nang matulog. M-Maaga pa kasi ako papasok mam'ya."

Walang kibong tumayo ito at nagbayad ng kinain nila.

"Ummm, u-uuna na ako! Baka sumikat na ang araw... ayokong mainitan— baka saktan ako ng ulo. S-Sige... babay!"

Naiwan si Vina na nakatayo sa labas ng kantina. Malungkot nitong tinanaw ang papalayong imahe ng "matalik" na kaibigan. May namumuong luha sa mga mata nito. Matagal itong nanatili sa ganitong posisyon. Nakatingin pa rin sa huling kinakitaan kay Vince. Nag-aasang babalik pa rin ito at sasamahan siyang muli. Walang kakurap-kurap ang mukha nito, animo'y inalisan ng buhay. Nang lumaon ay nailing na lang ito, tanggap ang masakit na katotohanang— *hindi na tulad ng dati ang kanilang relasyon.* Mabigat ang mga paa nitong lumisan.

Madalas nauulit ang ganitong tagpo tuwing magkasama sila. Sa tuwi-tuwina ay nagdadahilan si Vince upang maagang makauwi o makaalis. Kung hindi inaantok, pagod sa trabaho ang dahilan nito. Halos paulit-ulit lang ang rason niya— gasgas na at hindi na kapani-paniwala kung tutuusin. Pero, hindi na niya ito alintana. Wari ay wala na siyang pakialam kung paniwalaan man siya o hindi. Naging manhid na ang puso niya sa damdamin ni Vina. Ni hindi siya nagtataka kung bakit wala siyang naririnig na pag-angal mula dito. Kung mayroon man ay ipinagkikibit-balikat na lang niya ito. Hindi rin nito napapansin na madalas ay nagmamasid at nakikiramdam lang ito tuwing magkasama sila. Naging bulag na siya sa mga mata nitong puno ng kalungkutan.

35
Leaving Yesterday

* * * * * * * *

**"Minsan may mga taong iniiwasan mong
pansinin pero ang puso mo gustong-
gusto siyang kamustahin."**

* * * * * * * *

"**O**, Vina... bakit napatawag ka yata?" tanong ni Vince. Kasalukuyan itong nagliligpit ng gamit nang tumunog ang cellphone nito. "Pauwi na ako... nag-aayos lang ako ng gamit. Sige na... sumakay ka na nang jeep... eksaktong nasa baba na ako pagdaan n'yo. Heheh! H'wag kang masyadong atat d'yan."

"A-Ano... Vince... ah, ah... hindi muna ako sasabay sa iyo ngayon," sagot ni Vina.

"Haah... bakit?!! Male-late ka ba ng labas... may customer ka pa ba? Okay lang, pwede naman kitang hintayin."

"H-Hindi... okay lang. Tumawag ako para sabihin lang na... mauna ka nang umuwi sa akin! Hi! Hi! Hi! May customer kasi akong... masyadong interesado sa akin... ihahatid daw ako!"

May bahagyang kirot na naramdaman si Vince nang marinig ito, pero binalewala lang niya ito. Sa halip ay nagbiro, "Assuuss! Kaya naman pala! Umiral na naman ang kalandian mo. Pogi ba... baka naman amoy lupa na 'yan? Sigurado ka bang may pera 'yan? Baka naman ginogoyo ka lang n'yan?"

"Hi! Hi! Hi! Matanda na... pero, wiz ko say, MADATUNG— as in madatung na madatung! Mukhang kayang sustentuhan ang luho ko!"

"A, e... ganon ba? S-Sigurado ka ba d'yan sa customer mo? B-Baka naman manyakis 'yan o serial killer?"

"Don't worry... rekomendado ito mismo ng manager namin. Syempre pa— kikilatisin ko s'ya nang husto... lalo na 'yung wallet niya! Hi! Hi! Hi! Anyway, mga isang linggo muna akong hindi sasabay sa iyo."

Nagulat si Vince. Hindi niya ito inaasahan, "I-Isang linggo? Bakit naman... ang tagal yata?"

"Syempre naman! Nasa stage kasi kami ng... getting to know each other better! *(Giggle!)* Masyado yatang nain-love sa akin... ayaw na akong pakawalan. Ang gusto niya, araw-araw niya akong... susunduin at ihahatid! Ayyy, charot! Dapat pala ang sinabi ko ay... gabi-gabi n'ya akong susunduin at ihahatid! Hi! Hi! Hi! Ang landi ko 'no? Sige na, sige na... nagmamadali na 'yung sundo ko. Tatawagan na lang kita next week! Promise, promise!!"

Wala nang maisip pang sabihin si Vince, "Ah, e... uhumm... e, di... sige na lang... sige na lang! Ingat ka ha? H'wag kang magpapa..."

KLIK!

Napapikit si Vince. Hindi mapigilang sumama ang loob. Dati-rati ay hinihintay ni Vina na matapos siyang magsalita bago nagpapaalam— kahit na busy ito o may customer. Magbibilin pa ito na lagi siyang mag-iingat sabay tatapusin ng "love u!" Pero ngayon ay bigla na lang nitong pinutol ang kanilang usapan na hindi man lang nagpapaalam sa kanya.

"Haaiisss! Bakit ko ba pinoproblema pa 'yon! E, ano ba sa akin kung may bago na s'yang... sugar daddy? Hmmmp! Bahala s'ya sa buhay n'ya— malaki na naman siya!"

Pride lang ni Vince ang umiiral kaya niya nasabi 'yon, pero ang katotohanan... masamang-masama ang loob nito!

* * * * * * * * * *

Maraming linggo na ang lumipas pero hindi natupad ang pangako ni Vina. Kahit text ay walang natatanggap si Vince. Hindi naman niya ito napapansin. Bukod sa marami siyang project na tinatapos, natuon na nang husto ang atensyon niya kay Vanessa. Naging palagian na ang pagsasabay nila, pati na ang madalas na pagkain-kain sa labas.

"Bro, para yatang hindi ko nakikita 'yung girlfriend mo lately," tanong ni Daniel, "don't tell me... pinababayaan mo 'yun? Don't, Bro... you'll be sorry. Sigurado ko, andaming nag-aabang na aaswang doon!"

"Uhh... ano... medyo busy kasi ako, so medyo hindi muna kami nagkikita. But, we're good, Bro... don't worry."

Nang mapag-isa si Vince ay doon lang niya naalalang matagal nang hindi nagpaparamdam si Vina... at kahit hindi niya aminin, nami-miss niya ito.

Sinubukan niyang tumawag pero hindi ito sumasagot. Pagkatapos ang maraming beses na pagtatangkang ma-contact ito, nag-alala na si Vince.

"Bakit kaya hindi sumasagot ng phone niya si Vin? Hindi naman siya ganito dati. Kung hindi niya nasasagot ang tawag ko... magre-return call agad o

kaya magte-text. Pero, ngayon... wala kahit isa? B-Baka may nangyari na sa kanya... o baka kaya may sakit?"

* * * * * * * * * *

Dahil nag-aalala, nagdesisyon puntahan ni Vince si Vina sa club na pinapasukan nito.

Pagkadating doon ay sumilip lang ito at nagtanong sa guard.

"Bossing, naand'yan ba si Miss Vina Alegre?"

"Yes, Sir! Yes, Sir!" masayang sagot ng guard. "Tatawagin ko po ba? Umm, kaya lang baka po may ka-table na po?"

"Hindi, hindi na! A-Ano... may sasabihin lang ako sa kanya. Maghihintay na lang ako sa labas."

"Pero..."

Hindi na natapos ng guard ang sasabihin dahil mabilis nang umalis si Vince. Naiwang kakamot-kamot ang guard.

"Ano yun? Tatanong-tanong... tapos biglang umalis na lang?"

Walang balak si Vince na pumasok sa club. Hindi niya alam kung bakit, pero hindi niya gustong makitang may ka-table o may kasamang ibang lalake si Vina. Nagtiyaga na lang itong maghintay sa di kalayuan.

* * * * * * * * * *

Hindi nagtagal ay nakita niyang lumalabas ito, kasabay ang iba pang mga kasamahan.

Nagulat si Vina nang makita siya.

"V-Vince? Anong ginagawa mo dito?" tanong nito. Pansamantalang kinausap nito ang mga kasabay, "Marites, Jennie... uhmm... mauna na muna kayo. Kitakits na lang tayo bukas! Jamie, wait mo na lang ako dun sa may waiting shed. Sandali lang ako."

Nang makaalis ang mga kasamahan ay seryosong hinarap nito si Vince, "Vince, anong nakain mo at nagpunta ka dito?"

"W-Wala lang! Nag-aalala lang kasi ako sa iyo... hindi ka kasi tumatawag sa akin," paliwanag ni Vince. "Sabi mo, after one week... tatawag ka... e, halos mag-iisang buwan na... hindi ka pa rin tumatawag. Tina-try kong tawagan ka... pero, hindi ka naman sumasagot— ring lang ng ring ang phone mo. Nag-aalala lang ako... baka may nangyari sa iyo o baka may sakit ka..."

"Pumasok ka ba sa loob?"

"Hindi... sumilip lang ako... pero ayokong pumasok sa loob! Dito lang ako sa labas naghintay. "

"*(Sigh!)* Mabuti naman," nasabi ni Vina. "Tsk! Ganoon na ba katagal tayong hindi nagkakausap? Talaga lang?"

Tumango-tango si Vince.

"Sori, sori, ganun na pala katagal 'yun— akala ko kasi, sandali pa lang. *(Giggle!)* Medyo nalibang yata ako sa panahon, nalimutan tuloy kitang tawagan. Sori, pasens'ya na— masyado kasing naging busy ako! Hi! Hi! Hi! Maraming customer! Alam mo naman, the more — the merrier!!! Anyway, next time, h'wag ka nang pupunta dito— hindi ka bagay dito. Hindi bagay ang mga good boy dito. Saka, okay ako... no problem— h'wag mo na akong alalahanin. Ahemm! Hi! Hi! Hi! Masaya ako, don't worry!"

"S-Sinusundo ka ba at inihahatid nung sinasabi mong customer? Hindi na kasi tayo nagkakasabay sa pag-uwi."

"Uhumm... Oo! Sobrang sweet nga niya at maalahanin. Saka, di na nga pala ako sa Project 7 umuuwi ngayon. Nalimutan kong sabihin sa iyo. Lumipat na ako ng tinutuluyan— h-humiwalay na ako kay Vanessa. Iba na ang ruta ko pauwi... kaya hindi na talaga tayo magkakasabay."

Parang may tumusok sa puso ni Vince. Sa pagkakataong ito, hindi na niya ito naisawalang-bahala ang kirot na naramdaman.

"Ibinahay na siya ng kinakasama niya," malungkot na pumasok sa isip niya. Nagbakasakali pa rin ito na mali ang akala, "Ganon ba? Saan ka na ba nakatira ngayon? S-Siguro p'wede naman kitang dalawin doon..."

"Naku, h'wag na! Malayo ito... sa... sa Malate. Hindi ko tanda 'yung address. Saka, mas mabuti nang hindi ka pumunta doon. Hi! Hi! Hi! Medyo, possesive 'yung partner ko ngayon. Ayaw akong i-share!!"

"Tama ang hinala ko," sabi ni Vince sa sarili, *"may kinakasama na si Vina... at ibinahay na siya nito!"*

Magtatanong pa sana ito nang may dumating na kotse at tumigil sa harapan nila. Sa loob nito ay nakasakay ang isang matandang lalaki.

"Hi! Hi! Hi! Ayan na pala ang sundo ko! O, sige na, Vince— babay! Jamie, tara na!!!"

Walang lingon-lingon na sumakay si Vina, kasunod si Jamie. Ilang saglit pa ay humarurot nang papaalis ang sinasakyan nito.

Naiwan si Vince na habol tingin ang papalayong kotse.

36
Vina O Vanessa

* * * * * * * *

"Hindi malaman kung alin ang dapat sundin. Ang isip na nagsasabi ng dapat o ang pusong nagmamahal ng tapat?"

* * * * * * * *

"**V**ince, bakit yata para kang laging matamlay? tanong ni Vanessa.

"Hah! A-Ako... matamlay? Hindi... hindi naman."

Kasalukuyang naghihintay ng FX ang dalawa. Tulad ng dati, papasok ng school si Vanessa, samantalang sa trabaho naman si Vince.

"Ang tahi-tahimik mo kasi... simula pa kanina. Parang ang weird... hindi ka naman dating ganyan. May problema ka ba?"

"Wala! Wala!" tanggi ni Vince. "Ummm... puyat lang ako... saka nakaka-stress 'yung ginagawa kong bagong project."

Magda-dalawang linggo na mula ng huling magkita at magkausap sina Vince at Vina. Halos araw-araw ay umaasa si Vince na tatawag pa rin ito pero hindi ito nangyari. Tuloy pa rin naman ang pagkikita nila ni Vanessa. Kung tutuusin nga ay lalo siyang nagkaroon ng oras dito dahil hindi na sila nagkikita ni Vina.

"Mmmm... ganon ba?" may halong pagdududa ang boses ni Vanessa nang sumagot. "Pero, hindi lang naman ngayon ka ganyan. Para yatang nadadalas... lalo na nitong mga nakalipas na araw. Galit ka ba sa akin?"

"H-Hindi, a! Bakit mo naman nasabi 'yan... at saka bakit naman ako magagalit sa iyo?"

"Wala lang! Kasi, kapag magkasama tayo... lagi ka na lang ganyan... tahimik, walang kibo... laging malayo ang iniisip. Iniisip ko tuloy... baka ako ang dahilan..."

"Hindi, hindi! Ahiii! H'wag mo 'kong masyadong pansinin! Ano... ganito lang ako talaga... kapag may project na ginagawa. 'Yung focus ko kasi... naandoon sa trabaho. Pasens'ya na!"

Hindi sumagot si Vanessa at tumango-tango lang.

"K-Kamusta na nga pala... si Vina?" kunwari ay naisipang itanong ni Vince.

Tiningnan siya ni Vanessa. Tila inaarok ang saloobin bago sumagot.

"Okay naman daw siya. Ummm... hindi na rin kasi kami nagkikita ngayon. Puro text, text lang... minsan nagtatawagan. Alam mo naman... dun na siya nakatira malapit sa pinagtatrabahuhan niya. Swerte naman ni Ate... may libreng board and lodging sila. Nakatipid na s'ya... mas safe pa!"

Gustong-gustong sabihin ni Vince na kaya lumipat ng bahay si Vina ay dahil may sugar daddy na itong matandang hukluban. Pero nagpigil siya, para na rin sa kapakanan ni Vanessa.

"Mmmm... medyo busy daw kasi siya ngayon," patuloy ni Vanessa. "Marami daw imbentaryo dun sa bar. Bakit mo naitanong... hindi ba kayo nagkikita ni Ate ngayon?"

"*(Sigh!)* H-Hindi din, e," dahilan nito, "busy nga daw siya… gawa nung imbentaryo!"

Natigil ang usapan ng dalawa nang may dumating ng FX.

* * * * * * * * * *

Naguguluhan si Vince sa nararamdaman. Wala na si Vina, mayroon na itong kinakasamang sugar daddy. Malaya na niyang maliligawan si Vanessa. Pero, bakit ganoon at hindi niya magawa ito? Bakit parang ayaw ng puso niya. Si Vina ba ang dahilan? Bakit, bakit? Magkaibigan lang naman sila. Maliban doon ay wala na. Pero bakit ganito ang nararamdaman niya. Bakit hindi siya makapag-move on?"

* * * * * * * * * *

"Vince, bakit yata paminsan-minsan na lang kita nakakasabay ngayon?" tanong ni Vanessa. "Dati, tuwing Martes at Huwebes, siguradong lagi kitang kasabay… bakit ngayon, dumadalang na yata?"

"Ahh… ano kasi… uhmm… 'yung mga designs ko kasi approved na. Pwedeng sa bahay ko na lang i-finalized. Kapag okay na, sine-send ko na lang sa e-mail."

"Ganon ba? O, mamaya, free ka ba? Mag-hangout naman tayo sa mall. Gusto ko kasing mag-relax-relax muna. Katatapos pa lang kasi ng finals namin."

"Mam'ya?" sagot ni Vince. Matagal itong nag-isip. "Pwedeng rain check muna, Ness… parang masama lang ang pakiramdam ko."

Dahilan lang ito ni Vince. Hindi naman masama ang pakiramdam niya. Wala lang siya sa mood para maggala.

"*(Sigh!)* O, sige! 'Yung mga classmates ko na lang ang yayayain ko," wika ni Vanessa.

* * * * * * * * *

Matuling lumipas ang mga araw at linggo. Sa panahong ito parang bulang nawala si Vina. Ni ha o ni ho ay wala nang narinig si Vince mula dito. Kapag tatanungin niya si Vanessa ay wala din itong maisagot. Bihira na rin daw silang magkausap.

Tuluyan nang ibinaling ni Vince ang atens'yon kay Vanessa upang malimutan si Vina. Naging mas madalas ang pagsabay-sabay niya dito at ang kanilang paglabas-labas. Pero pansamantala lang ang kaligayahang nakukuha niya mula dito. Habang tumatagal ay lalong lamang tumitindi ang pangungulila niya dulot ng pagkawala ni Vina.

Sa wakas ay wala siyang magawa kung hindi tanggapin at aminin ang katotohanang — si Vina ang tunay niyang mahal. Hindi na niya maikakaila na ito ang itinitibok ng puso niya.

Dahil dito ay nagdesisyon itong hindi na itinuloy ang balak na panliligaw kay Vanessa. Alam niyang niloloko lang ang sarili kung ipagpapatuloy pa ito. Hindi rin ito tama para kay Vanessa dahil ginagawa lang niya itong pamasak-butas.

Unti-unting dumalang ang pakikipagkita niya kay Vanessa. Itinigil na rin niya ang pagtawag-tawag o pagme-message dito. Marahil, naramdaman ito ni

Vanessa dahil wala siyang narinig na kahit ano pa man mula dito. Hindi rin ito nagtangkang magkaroon ng contact sa kanya.

* * * * * * * * *

Pinilit ni Vince na may pagkaabalahang ibang bagay, pati na ang pagbaling ng atens'yon sa ibang mga babae. Change of atmosphere, ang sabi nito sa sarili, para maliwanagan ang pag-iisip. Sinimulan niya ang pakikipagkita-kita sa mga mga kaibigan at mga dating crush. Naisip niya na baka kung magiging busy siya, posibleng makalimutan niya si Vina. Pilit niyang nilibang ang sarili at magpakasaya. Naging matagumpay siya at nabura sa isipan niya ang ala-ala ni Vina.

Pero tuwing nag-iisa siya, lagi na lang sumasagi sa isipan niya ito. Kahit anong gawin niya para makalimot, lagi na lang siyang bigo dahil ito pa rin ang namamayani at siyang naghahari sa puso niya. Ano man ang gawing niyang pagpupumilit, alam niyang niloloko lang niya ang kanyang sarili. Tanging si Vina lamang ang tanging hinahanap-hanap ng puso niya.

Sa wakas ay nagdesisyon ito.

"PUPUNTAHAN KO MULI SI VINA!"

37
After All

Muling naglakas-loob si Vince na pumunta sa club. Tulad ng dati ay matiyaga itong naghintay sa labas hanggang uwian nila Vina.

Hindi pa siya katagalang naghihintay ng namataan na niya itong lumalabas.

"V-Vina, Vina!"

"V-Vince? Bakit naandito ka ulit? Diba sabi ko sa iyo— h'wag ka nang pupunta dito?"

"Pwede ka bang makausap kahit sandali?"

May isang kasamahan si Vina na biglang humiyaw sa di kalayuan.

"Vina, Vina... let's go! Naghihintay na si John!"

Namukhaan ni Vince ang babaeng tumatawag. Ito ang kasabay ni Vina nang sumakay sa kotse kung saan naandoon ang 'sugar daddy' ni Vina.

"Umuna ka na muna, Jamie!" sagot ni Vina. "Sabihin mo kay John... wait lang sandali at may kausap lang ako."

"Okay! Pero, h'wag kang magtagal, ha?"

Tumango si Vina sabay hinarap si Vince.

"Hi! Hi! Hi! Mahirap na, baka magtampo ang sugar daddy ko. O, Vince... bakit ka nasadsad dito? May problema ba?"

Hindi agad nakasagot ang binata.

"Huy!" ulit ni Vina. "Hindi ka na kumibo d'yan? Bakit ka nagpunta dito? Diba sabi ko..."

"MAHAL KITA, VINA!" naibulalas ni Vince.

Natigilan si Vina, "Huh? Ano?"

"Mahal kita," madiing tugon muli ni Vince. "S-Sorry kung ngayon ko lang inamin ito. Sorry... kung hindi ko masabi ito sa iyo noon. Sorry..."

"Vince, ano ba 'yang pinagsasasabi mo? May problema ka ba at ako ang napagdidiskitihan mong labasan ng sama ng loob mo?"

"H-Hindi, Vina. Totoo ang sinasabi ko. Mahal kita. Simula nang mawala ka sa akin... d-doon ko lang napagtantong... ikaw ang mahal ko."

Tiningnan siya ni Vina. Inaarok ang saloobin nito. Huminga muna ito ng malalim bago nagsalita. Parang sumugat sa puso Vince ang mga binitawan nitong salita.

"*(Sigh!)* Vince, alam kong may pinagsamahan tayo... at naging sobrang close tayo. Pero, hanggang doon lang 'yun. Tulad lang ng sabi ko sa iyo noon— hanggang kaibigan lang ang turing ko sa iyo..."

"Pero... pwede naman tayong..."

Itinaas ni Vina ang mga palad bago muling nagpatuloy.

"Wait! Hintayin mo muna akong makatapos," panimula nito, "Inaamin ko... naging masaya ako— naging masaya tayo nung magkasama tayo. Pero, hanggang doon lang 'yun. Dapat hindi ka umasa ng kung ano pa higit pa doon. Sorry, mukhang iba ang interpretasyon mo ang closeness natin noon. Hanggang friends lang tayo— maliwanag... gets mo?"

Hindi na nito hinayaang makasagot pa si Vince.

"Saka... alam mo naman na may kinakasama na ako ngayon. Andun nga at naghihintay na sa akin! So, please, Vince... itigil mo na itong kalokohan mo. Naku, namimiss mo lang siguro 'yung mga kulitan natin. Bakit, wala ka bang mainis ngayon? Hi! Hi! Hi!"

"Hindi, Vina... mahal kita talaga!"

"Asuss! Mahal? Akala mo lang 'yan. Kahit aso nga... kapag nawala... hinahanap ng amo't mi-miss din — ako pa kaya! 'Yun lang 'yon! Lilipas din iyan at malilimutan mo din ako. Parang hang-over lang 'yang nararamdaman mo. Mabuti pa iutot mo na lang 'yan! Hi! Hi! Hi!"

"Seryoso ako, Vina. Sinasabi ko sa iyo— mahal kita— MAHAL KITA!"

Nag-pormal ang mukha ni Vina sabay sumimangot, "Vince— BINGI KA BA?!! Ang sabi ko... hanggang friends lang ang turing ko sa iyo! Maliban doon— wala na! Please naman... h'wag ka nang makulit at nauubos na ang pasens'ya ko sa iyo. Pwede... please?!!"

"Hindi ba pwedeng...?"

"TAMA NA, VINCE! May kinakasama na ako ngayon. Doon ka na lang sa mga kalahi mong matitino at mababait! H'wag ka nang makisawsaw sa buhay ko. Iba ang mundo mo sa mundo ko— maliwanag?"

"Hindi ba pwedeng bigyan mo ako ng pagkakataon? Handa akong maghintay. Handa akong..."

"HAAYYSS— ANG KULIT! Naku, Vince— h'wag kang martir! Hindi na uso 'yan. H'wag mo na akong pag-aksayahan ng panahon at wala ka talagang maaasahan sa akin. Tulad ng sabi ko sa iyo noon... hindi p'wede dahil hindi mo kayang masunod ang lahat ng luho ko sa buhay! Intiende? Tsupi! Tsupi na't naghihintay na sa akin ang lover boy ko! AALLIIISSSS!!!"

Pero hindi tuminag sa kinatatayuan niya si Vince.

"Hmmp! Okay, okay... mahal mo pala ako, hah?" animong hamon ni Vina.

"Oo... Oo, Vina!" sagot ni Vince.

"P'wes... kaya mo ba akong ibili ng bahay sa Forbes Park... o kahit sa Corinthian Garden na lang?"

Hindi nakasagot si Vince.

Umiling-iling si Vina, "Hindi ka makasagot, ano? Kasi, hindi mo kaya. Uhummm, eto pa. Kaya mo ba akong ibili ng mamahaling kotse, mga alahas at sustentuhan ang mga luho ko? Hummm? Hindi pa rin, diba? Why, oh why? Because... you're a poor boy, my friend - a very, very poor boy. And I don't like poor boys!"

Hindi maiwasang makatawag pansin ang pag-uusap nila. Mayroon mga ilan-ilan na nanonood sa kanila. Ang karamihan dito ay nagtatawanan. Ang iba naman ay kinakant'yawan si Vince.

Namula ang mukha ni Vince. Hindi nito inaasahang hihiyain siya ni Vina.

"O, sige... ganito na lang," pagtatapos ni Vina, "kapag kaya mo nang sustentuhan ang mga kapritso ko... doon mo na lang akong balikan— at baka... pag-t'yagaan na kita. Hi! Hi! Hi! 'Yun ay kung libre ako! Masyado kasi akong... in-demand!"

Patuloy ang tawanan at kant'yawan ng mga nakapaligid sa kanila. Pigil na pigil ang galit ni Vince. Hindi na nito nakuha pang magsalita.

"O, wala ka nang sasabihin? Haay, salamat naman! Siguro naman... naintindihan mo ang lahat ng sinabi ko. Hmmp! Sige na... babay na't hinihintay na ako ng sweety pie ko! Hi! Hi! Hi! Babush!!!"

Pagkasabi nito ay tumalikod si Vina at iniwan si Vince.

Sa simula ay nakangiti si Vina habang papalayo. Pero unti-unting nawala ang ngiti nito at napalitan ng matinding paghihinagpis. Ilang saglit pa ay hindi na nito napigilan ang lumuha at manangis.

"*(Sob!)* Sorry, Vince... sorry! Hu! Hu! Hu! Kailangang gawin ko ito para kalimutan mo na ako. Hindi ako nararapat sa pagmamahal mo!"

38

Business Or Pleasure

* * * * * * * *

**"Kahit hindi mo balikan ang nakaraan,
babalik iyan hangga't hindi mo binibitawan."**

* * * * * * * *

Nagpupuyos sa galit si Vince nang makauwi. Hindi niya inaasahang maliitin at pagtawanan siya ni Vina.

"Ahhhh! Pinahiya ako ni Vina. Hindi ko akalaing magagawa niya sa akin 'yon! Akala ko pa naman... may espesyal kaming koneksyon. Hindi pala... mali pala ako— maling-mali! G-Ginamit lang pala niya ako. Oo— Oo... 'yun ang tama... ginamit lang niya ako!"

Muli nitong naalala ang mga masasayang yugto ng kanilang pagsasama at nanlulumong nailing ito.

"Sayang! Sayang ang pagmamahal na iniukol ko sa kanya. W-Wala man lang pala siya kahit na katiting na pagtingin sa akin. Ni hindi nga yata n'ya ako itinuring... kahit kaibigan man lang! Ginamit lang niya ako para may kasama... kasabay... at utu-utuin. Hindi ako nakahalata... na pinaglalaruan lang niya ako."

Mabigat ang loob niyang nakatulog.

* * * * * * * * *

Nagdesisyon si Vince na tuluyan nang kalimutan si Vina. Isinubsob nito ang lahat ng oras sa pagtatrabaho.

Muli niyang tinutukan ang itinayong design shop kasama ng ilang mga kasamahan. Matagal-tagal na rin nila itong naitatag pero hindi nila masyadong naaasikaso— dahil na rin sa kanya. Sa simula kasi ay urong-sulong kasi siya sa pamamalakad nito.

Si Vince ang nagplano sa pagtatayo ng sarili nilang design shop. Kahit naguumpisa pa lang ito sa pagtatrabaho, hndi niya balak na mamasukan na lang hanggang sa pagtanda niya. Nangagarap din siyang magkaroon ng maipagmamalaking, sariling kumpanya. Kaya nang nagkaroon ng ideya kung paano magpalakad ng isang negosyo, naglakas-loob siyang ipagpatuloy ang pangarap. Naging maganda naman ang simula nila dahil, bukod pa sa pagiging mahusay sa linyang pinasok, may angking business sense siya. At ngayon nga na wala na si Vina, dito na niya inubos ang buong oras at atensiyon niya.

* * * * * * * * *

"Vince, it's good na naisipan mong mag-full time na ang pagpapatakbo nitong business natin," wika ni Daniel. "Tamang-tama ang timing at marami agad tayong nakuhang clients."

"Oo nga!" sang-ayon ni Rico. "Ngayon, mas malaki na ang kita natin— mga boss pa tayo!"

"Huy mga bruho," sabat naman ni Bella, "siguraduhin naman ninyo... na nagtatrabaho kayo nang husto! Hindi naman p'wedeng kay Vince na lang kayo aasa! May mga utak naman kayo, diba? Aba, aba... gamitin n'yo naman at baka mahulog na 'yang mga ulo n'yo dahil hindi nagagamit!"

"Ang sakit mo naman magsalita, Bella!"

"Bakeeet? Hindi ba nagsasabi lang ako ng katotohanan?"

"Aminado naman kaming... si Vince ang leader of the pack. Pero... hindi naman kami pahuhuli!"

"Oo nga naman, Bella," sang-ayon ni Vince, " I cannot do it alone. Without you, guys... wala ring patutunguhan itong company natin. Remember... this is a partnership and we complement each other."

"Asus! At pinasaya mo pa itong dalawang mokong dito! Hoy, mga hunghang... kung si Vince nagogoyo ninyo— ako... HINDI! Hala, sige... trabaho — balik sa trabaho!!!"

"Haaiiss!!!"

Natatawang hinabol ng tingin ni Vince ang mga papalabas na kaibigan. Dahil sa pag-asenso ng negosyo nila, medyo nalimutan ang pangungulila niya. Pero tuwing nag-iisa siya, muling bumabalik sa kanya ang lumipas.

"Kamusta na kaya si Vina. Matagal-tagal na rin kaming hindi nagkikita. Sana, okay naman siya. Sana, hindi s'ya nagkakasakit. S-Sana, masaya s'ya"

Nanariwa muli ang alaala ng dinala siya nito sa hospital.

"Grabe ang ginawang pag-aasikaso... at pag-aalala sa akin ni Vina noon."

Nalulungkot na nailing ito, *"K-Kunwari lang ba yung... pag-aalala niya? Pakiramdam ko noon... sobra-sobra ang pag-aalala niya sa akin. Hindi ako pwedeng magkamaling... sobrang nerbiyos at takot niya... nung nasa panganib ako. Pero... pero... bakit ganoon?"*

Hindi na itinuloy ni Vince ang mga iniisip. Maraming katanungan na hindi makahanap ng sagot. Ibinalik na lang nito ang atens'yon sa trabahong hinaharap.

Hindi naman nagtagal ay umasenso ang business na itinayo nila. Sa ilang buwang lumipas simula nang mag-umpisa sila, maraming kliyente na ang kumuha ng kanilang serbisyo. Dahil dito ay naging busy si Vince at nakatulong ito para makalimutan ang kalungkutang nararamdaman nito.

Pero, tuwing uuwi siya at nag-iisa, muling pumapasok si Vina sa kanyang ala-ala. Laging nananariwa ang mga maliligayang araw tuwing magkasama sila. Pauli-ulit na bumabalik sa kanyang isipan ang mga hirap at ginhawang magkasamang pinag-daanan nila.

Hindi rin maiwasan nito na paulit-ulit tingnan ang mga litrato nila ni Vina sa cellphone niya. Naalala pa niya nang tanungin siya tungkol dito.

"Vince bakit wala kang pictures ng dating girlfriend mo?"

"Kapag break na kasi kami, itinatapon ko na yung mga pictures. Ayokong masabi na hindi ako nakakapag-move on. Kung ayaw na sa akin or wala na kami... ano pang point na itago ko ang mga pictures?"

Pero, bakit hanggang ngayon... hindi pa rin niya makayang burahin ang mga pictures ni Vina.

* * * * * * * * * *

Ilang araw na lang ay Valentine's day na. Muling naalala ni Vince si Vina.

"(Sigh!) Malapit na pala ang birthday ko. Birthday ko na, Valentines day pa... at birthday din ni Vina. Parang kahapon lang... ito rin ang araw na nagkakilala kami."

Medyo nangiti siya sa alala ng kanilang pagkikita..

"(Giggle!) First date daw namin, sabi n'ya... e, ni hindi pa nga kami magkakilala! Nakakatawa talaga kaming dalawa nu'ng araw na 'yun!"

Muling nanumbalik ang lungkot sa puso ni Vince. Hindi pa rin nito matanggap na parang sa bula lamang napunta ang lahat ng ito. Dahil dito, muling nanumbalik ang hangarin nitong muling makita ang dalagang minamahal.

"P-Pupuntahan ko ulit si Vina! Bahala na! Sa pagkakataong ito— hindi na ako patatalo sa mga pangkukutyang gagawin niya sa akin. Kahit anong gawin niya, hindi ako susuko. Kahit anong mangyari, ipaglalaban ko ang pagmamahal ko sa kanya."

Sumagi sa isip nito ang mga panahong sinesemplang siya ng dalaga.

"Hindi, hindi totoo ito! Hindi ako naniniwalang... wala s'yang pagtingin sa akin. Kahit ano pa ang sinabi niya noon... alam kong nagsisinungaling lang siya... at mahal din niya ako. At ngayong may maganda na akong pinagkakakitaan... wala na siyang maiidahilan pa sa akin!"

* * * * * * * * * *

Puno ng pag-asang pumunta si Vince sa club. Pagdating doon ay may halong nerbiyos na hinanap nito si Vina.

Pero, parang gumuho ang mundo niya nang marinig ang sagot ng guard.

"SI VINA? SI MISS VINA ALEGRE? NAKU, SIR... WALA NA PO SIYA DITO.

39
Pleasure Or Business

Nang dumating si Vince sa club, nanlumo ito nang malaman na matagal ng hindi pumapasok si Vina doon. Kahit anong pagpupumilit niyang makakuha ng impormasyon tungkol kay dito ay na balewala lang. Hindi alam ng guard kung saang club lumipat si Vina o kung saan man ito nakatira.

Biguang aalis na sana siya ng nakasalubong ang ilang kababaihan na papasok sa club. Napatingin siya dito at namukhaan ang isa sa mga ito. Naglakas loob siyang tawagin ito.

"Miss, miss... excuse me... excuse me! May itatanong lang sana ako."

Kahit nagtataka ay huminto naman ang naturang babae.

"Sir, ano 'yon?"

"Ummm... magtatanong lang sana ako... tungkol kay Vina... kay Miss Vina Alegre."

Napatingin sa kanya ang babae at bahagyang kumunot ang noo bago sumagot.

"Hindi na dito nagtatrabaho si Vina. Matagal na s'yang umalis dito."

"Alam ko. Sinabi sa akin nung guard. A-Ano... kasi... namumukhaan kita noong huli akong nagpunta dito. Diba, kaibigan mo si Vina? B-Baka naman pwedeng mag-usap muna tayo sandali? Please lang?"

"Hmmp! Bakit pa, wala naman akong alam tungkol kay Vina? Anong gusto mong pag-uusapan pa natin?" inis na tugon ng babae. "Saka, hindi p'wede... magagalit ang manager namin."

"Uh... ano... magbabayad ako... ite-table kita. P-Parang customer mo lang ako."

Nag-isip-isip ang babae. Matagal siyang tiningnan at parang tinitimbang kung pagbibigyan niya. Maya-maya bumuntung-hininga ito at sinenyasan siyang sumunod dito at pumasok sa loob ng club. Lumapit ito sa counter at may kinausap.

"Kabise, Ite-table daw ako nito," wika nito sabay itinuro si Vince. "Paki-dalhan na lang kami ng drinks dun sa table 20. 'Yung usual ko, ha?"

"Tubig! Tubig lang ang sa akin," habol ni Vince. "Yung mineral water... pwede?"

Nangingiting-natatawang tumango lang ang nasa counter.

"Tara doon," yaya ng babae.

Pagkaupo nila ay nagpakilala ang babae, "Ako nga pala si Jamie."

"Vince... si Vince naman ako!"

"Uhumm... medyo namumukhaan nga kita. Ikaw yung nakita kong naghihintay kay Vina d'yan sa labas nung minsang magkasabay kami— tama ba ako?"

Oo... Oo, ako nga 'yun!"

"Mmmm... ikaw pala si Vince."

"K-Kilala mo ako?"

"Uhum! Medyo..." walang interes na sagot nito. "Medyo naik'wento ka na ni Vina sa akin."

"Ganon ba? K-Kamusta na siya? May balita ka ba, tungkol sa kanya? Bakit siya umalis dito? Saan na siya nakatira? May kinakasama ba..."

"Hep! Hep! Hep! Teka lang— isa-isa lang ang tanong... mahina ang kalaban!"

"Sori, sori!"

"FYI... hindi ko alam kung saan na pumapasok si Vina... at sori... wala na akong kontak sa kanya!"

Nanlumo si Vince.

"Teka, teka! Bakit ba pinipilit mo pang makita si Vina. Ang dami-dami namang GRO dito. Kung gusto mo..."

"Hindi— hindi tungkol sa ganyan kaya ko hinahanap siya. Magkaibigan kami... uhmm... hindi kasi kami nagkita... at saka hindi man lang siya nagpaalam... bago siya umalis," sagot ni Vince.

"Uhummm! Umalis si Vina... nang hindi nagpapaalam sa iyo. Magkaibigan kamo kayo— pero hindi ito nagpasabi man lang sa iyo... na magdi-disappear siya. Boom! Bigla na lang nawala — tama ba ako?"

"Tumango-tango si Vince.

(Sigh!) Mahina ka ring maka-pick-up, ano? Hindi mo pa ba nakukuha ang ibig sabihin noon? Maliwanag pa sa sikat ng araw... na ang ibig sabihin noon ay... ayaw ka na nitong makita!"

Hindi nakasagot si Vince.

Nagpatuloy si Jamie, "Teka, teka, naalala ko nga pala... diba may kakambal naman si Vina, mapanuyang wika nito, "...Vanessa, Vanessa ang pangalan noon, tama? From what I heard magkamukha sila nito, medyo may pagkaharot lang si Vina, at medyo bilasa na! Kung type mo si Vina— bakit hindi na lang 'yung kakambal niya ang targetin mo? Fresh na fresh pa 'yun!"

"Paano mo nalaman ang tungkol sa kapatid niya— sekreto 'yun, sabi ni Vina?"

"Haaay, naku— dito sa amin, walang sekre-sekreto! Walang taguan dito para nakakapagtulungan kami. Sa inyo— kayong mga customer namin at mga nasa labas— sa inyo kami nagtatago ng lihim. Kuha mo? O, mabalik tayo sa itinatanong ko... bakit hindi na lang yung kapatid n'ya... ang aswangin mo?"

Matagal bago nakasagot si Vince.

"S-Sana nga... hindi na lang dumating si Vanessa..." sa wakas ay nasabi nito.

"Huh? Ano? Hindi na sana... dumating sa inyo ang kakambal ni Vina? Paki-explain nga... hindi ko yata ma-gets?"

Huminga muna ng malalim si Vince bago sumagot.

"Mahal ko si Vina... kahit hindi ko inaamin noon. Kahit ganoon pa man, okay pa rin sana ang lahat... tanggap ko naman ang pagiging GRO niya..."

Medyo napakunot-noo si Jamie pero hindi nagsalita.

Nagpatuloy si Vince, "Kaya lang... nang dumating si Vanessa... nagulo ako. Nagdalawang-isip — nagduda... nag-alangan sa totoong nararamdaman. Oo, dahil na rin ito sa pagiging GRO ni Vina. N-Naisip ko na... since magkamukha naman sila... bakit hindi na lang si Vanessa ang ligawan ko."

"In short— since magkamukha naman sila... mas pinili mo yung, ehem 'malinis'... para safe, diba(?)... at maipagmamalaki mo, sa mga kamag-anak mo... barkada mo, kaibigan, etcetera, etcetera!" pagpapatuloy ni Jamie.

Lulugu-lugong tumango si Vince, "Parang ganoon na nga..."

"Well, hindi naman kita masisisi d'yan," wika ni Jamie, "naging praktikal ka lang naman. Bakit ka nga naman pipili ng GRO... e, meron namang... ka-duplicate ito— na fresh na fresh... walang bahid ng kahihiyan!"

"K-Kaya nga... nahihiya ako kay Vina... at sa sarili ko dahil napakababaw ng ginawa kong batayan. Tinalikuran ko si Vina dahil sa pagkatao niya... sa pagiging GRO niya. Ganun-ganon na lang... bumitaw ako sa kanya. Binalewala ko s'ya... kinalimutan ko ang pinagsamahan namin... sobrang naging makitid ang pag-iisip ko. At ngayong wala na siya, saka ko lang napagtanto... na siya ang tunay na minamahal ko. Hindi ba nakakatawa, na parang sira ang ulo kong hahabol-habol sa kanya... kung kailan wala na siya! *(Sigh!)* Pathetic, diba? Kung kailan huli na... kung kailan wala na si Vina... saka pa lang ako nagising sa katangahan ko... "

"Hmmp! Oh, well, naand'yan na yan... kahit ano pang gawin mong pagsisisi d'yan— wala ka nang magagawa! Okay, may suggestion ako sa iyo. Since, wala na si Vina, e di ituloy mo na lang ulit 'yung balak mong pang-aaswang sa kakambal nito!"

Umiling-iling si Vince.

"Pinilit kong gawin 'yun sa simula... pero— hindi, e!... lalo lang sumasama ang loob ko. Lalo ko lang ikinahihiya ang sarili ko. Hindi si Vanessa ang gusto ko. Si Vina ang mahal ko... siya ang gusto kong makasama."

"Bakit hindi mo i-try ulit? Since wala na si Vina," pagpupumilit ni Jamie. "Tutal kung mukha lang..."

"Tama na, Jamie! I've had it! Kahit ipilit mo pa—AYOKO, AYOKO, AYOKO! Please, don't make me feel worse as it is. Hindi ang pisikal na anyo ni Vina ang minahal ko! Si Vina— ang kabuuan niya ang minahal ko. Kung ano siya... kung ano ang kaloob-looban niya—ito ang minahal ko. Tuwing nakikita ko si Vanessa... lalo ko lang naaalala ang pagkakamali ko.... lalo ko lang sinisisi ang sarili ko sa ginawa kong desisyon. Lalong-lalo lamang sumasama ang kalooban ko."

Saglit na tumigil si Vince bago nagpatuloy, "Nang mawala si Vina... itinigil ko na rin ang balak kong ligawan si Vanessa. Hindi na rin ako nakipagkita sa kanya. Tapos na ang lahat sa pag-itan namin..."

Nagulat si Jamie, "Huh? Ibig mo bang sabihin... hindi ka na rin nakikipagkita kay Vanessa— hindi mo rin ito niligawan?"

Umiling-iling si Vince, "Hindi... niloloko ko lang ang sarili ko, kung ipagpapatuloy ko pa ito. And at this point, I'm really feeling worse... just to think about it."

Sandaling natigilan si Jamie. Halatang nagulat sa narinig.

"VINCE... MAY DAPAT KANG MALAMAN," wika ni Jamie.

40

One And Only

* * * * * * * *

"Ang RELATIONSHIP may HANGANAN, magiging FOREVER lang kapag PAREHO kayong LUMALABAN."

* * * * * * * *

"Si Vina at si Vanessa... AY IISA LANG! Walang kakambal si Vina," malumanay na pagtatapat ni Jamie. "Actually, walang Vina... ang tunay na pangalan ni Vina ay Vanessa. Vina ang alyas na ginagamit niya dito sa club."

Parang nabingi si Vince sa ipinagtapat ni Jamie.

"ANOOOO! Anong kalokohan pinagsasasabi mo, Jamie?" iritang sagot ni Vince. "Please lang... h'wag mo na sanang guluhin ang pag-iisip ko. Kung balak mo akong lokohin... para ligawan ko si Vanessa— please STOP IT! Hindi nakakatuwa, Jamie..."

"Sa maniwala ka man o hindi... totoo ang sinasabi ko, Vince. *(Sigh!)* Actually, wala naman akong balak na ipagtapat ito sa 'yo— kabilin-bilinan sa akin ni Vina... na h'wag kong sasabihin sa iyo ang tungkol sa lihim na ito," paliwanag ni Jamie. "Kaya lang, sobrang naawa na ako sa iyo. Sobra-sobra na rin ang paghihirap mo... naisip ko, dapat lang na malaman mo ang katotohanan."

HIndi pa rin makapaniwala si Vince.

"TOTOO BA TALAGA ITO, Jamie— nagsasabi ka ba ng totoo?!! Si Vina at si Vanessa...IISA LANG — hindi kambal?"

Tumango-tango si Jamie. Pero hindi pa rin kumbinsido ang binata.

"Jamie, IMPOSIBLE! Ewan ko kung ano ang gusto mong palabasin dito, pero hindi nakakatuwa ito. Please lang, h'wag mo nang guluhin ang isip ko — dahil kalokohan ang pinagsasasabi mo! Nung araw na nakipagkilala ako kay Vanessa... kausap ko pa mismo si Vina noon. Sige nga, paano mo maiisplika 'yun?! So, please — stop all these crazyness! Walang matinong patutunguhan ito..."

"Hmmp! Sige, matanong nga kita... nakita mo na ba silang dalawa na magkasama?"

Hindi nakasagot si Vince.

"Hindi pa — diba? Hanggang cellphone lang yung isa— habang kasama mo yung isa— TAMA?!!"

Napatango si Vince.

"For your information... ako 'yung kausap mo nung tumawag ka habang kasama mo si Vina— alyas Vanessa. Iniwan n'ya sa akin ang cellphone n'ya at kinutsambang magpanggap bilang siya... kapag tumawag ka."

Napapikit si Vince. Pilit inaalala ang araw na iyon.

"(Sigh!) A-Ano bang pinag-usapan namin nung kausap ko si Vina? Ummm.. basta pagsagot niya, sinabi ko na... kasabay ko na si Vanessa — 'yun lang. Tapos, ibinigay ko na agad 'yung phone... kay Vanessa. Hindi ko naman binosesan pa kung sino ang kinausap ko. Boses babae ang narinig kong sumagot... at since si Vina ang tinawagan ko, natural lang na isipin kong... siya 'yung nasa kabilang linya!"

Naguguluhang hinarap nito si Jamie," Pero, nung una kaming nagkasabay ni Vanessa... aksidente lang 'yon... at natutulog pa siya. Nung ginising ko... nakita ko... at hindi ako p'wedeng magkamali— hindi n'ya ako kilala! Hindi naman niya alam na magkakasabay kami— aksidente lang! Tapos, nagising lang siya— dahil kinulit at ginulat ko s'ya. Pero sigurado ako... hindi niya ako kilala— kitang-kita ko sa mga mata n'ya! Nagulat, pero napalitan ito ng galit... at pagkairita pagkakita sa akin."

Napaismid at natawa lang si Jamie.

"Hmmmp! Alam mo bang sanay na si Vina sa ganyang sit'wasyon? Praktisado na 'yun! Akala mo ba, ikaw lang ang nakasabay niya bilang si Vanessa? Hah!— dun ka nagkamali! Marami na—sandamakmak na ang nakasabay niya for your information! Dahil dito, lagi na s'yang nakahanda. Kahit natutulog ito, expected na niya... na kung may gigising sa kanya... malamang ay kilala siya bilang— tan-tara-dang(!!!) si Vina... ang GRO. Kaya nga... galit at pagkairita ang isinasalubong niya — para mag-alangan ang sino mang magtangkang makipag-usap sa kanya! Praktisado na n'ya lahat ito!"

"G-Ganon? I mean, paano niya nagagawang umarte ng ganoon?"

Nangiti si Jamie, "Magaling umarte si Vina. Naikwento niya sa akin... na madalas kasali siya sa mga drama-dramang palabas nung high school pa siya. Madalas nga daw na siya ang bida. Kaya 'yung... blangkong mata at pagkagulat — praktisado na niya ito. Isama mo na yung pag-iba nito ng ayos ng buhok at pananamit. Hi! Hi! Hi! Nakakatawa, kasi nakuha lang niya ang ideyang ito kay Superman. Iba lang ang ayos ng buhok — hindi na nakikilala. Aba, akalain mo, effective pala talaga!"

"Pero, kanan magsulat si Vanessa, samantalang si Vina..."

"... ay kaliwete?" pagpapatuloy ni Jamie. "Ambidextrous si Vina— 'yung bang pwedeng magsulat at kumain... na gamit ang kahit anong kamay. Kahit kaliwa man o kanan... pareho lang ito sa kanya!"

"P-Pero... pero 'yung marka... I mean, yung balat sa braso ni Vanessa?" biglang naalala ni Vince. "Hindi pwedeng ma-peke ito. At totoo ito— sigurado ako. Nung minsan kasi, pasimple ko itong hinawakan at talagang balat iyon. Sabihin mo nang nagkamali ako sa lahat. P-Pero... yung tungkol sa balat—hindi ako p'wedeng magkamali dito. WALANG BALAT SA BRASO SI VINA!"

"Talagang may balat si Vina sa braso. Nilalagyan lang niya ito ng concealer... yung makeup na pangtago ng mga blemishes namin sa balat. Alam mo naman ang mga customer namin dito— masyadong mga choosy... gusto flawless ang beauty namin. Naisip ni Vina na... gamitin na rin yung balat niya sa braso... sa pagpapanggap niya. Si Vina, walang balat... si Vanessa— MERON! Ano, gets mo na? Ito ang katibayan — na may Vina at Vanessa... at magkaiba sila. Solid proof kung pagkukumparahin sila. At s'yempre... gawi na natin... na mas tingnan kung totoo o hindi 'yung balat. Tulad na lang ng ginawa mo... sinigurado mong totoo 'yung balat... pero hindi mo naisip... na p'wede ring takpan o itago ito. Tama, diba?"

Tuluyan ng napaniwala si Vince, *(Sigh!)* Oo nga... Oo nga. 'Yung balat ang siniguradoko. Nung nahawakan kong totoo ito, nakumbinsi na ako. Hindi ko man lang naisip... pwede nga palang gamitan ng make-up ito... para maitago."

Napahinga ng malalim si Vince. Sandaling nag-isip. May bigla na naman itong naisip.

"Pero, bakit pinilit pa niyang makilala ko siya... bilang si Vanessa? Hindi ba niya naisip na p'wede ko na siyang mabuko... dahil dito?"

Umismid si Jamie bago sumagot, "Bakit? Aruuu, mahina ka rin, ano? Pagod na si Vina... sa pag-aasa. Go for broke na ito— kesehodang malaman mo pa ang katotohanan. Kung malaman mo— okay... at least, labas na ang lahat. Kung hindi naman— okay din! Ang importante ay malaman ni Vina kung ano talaga ang nararamdaman mo sa kanya... at kung may magbabago kung makakatagpo ka ng halos kapareho niya... na matino— at ang importante... hindi GRO!"

"Pero...?"

"Hayyss! Tama nga si Vina... medyo may pagka-turtle ka mag-isip. I mean... HALER!!! GRO si Vina... at ayon na rin sa iyo... makamundo... maduming. Samantalang si Vanessa naman ay isang inosenteng' babae... isang certified tweetums— gets mo, ulit? Gusto niyang malaman... kung sino sa kanilang dalawa ang pipiliin mo. Huhuhu! Obviously... at ayon na rin sa iyo... bumaliktad ka... at si Vanessa ang pinili mo."

Napailing si Vince, hiyang-hiya sa sarili, *"(Sob!)* Sinubukan pala n'ya ako... at inilabas ko ang tunay kong kulay. Uhhh! P-Pinatunayan ko lang... na tama siya... na nagkukunwari lang ako... dahil si Vanessa ang pinili ko..."

Huli na ang pagsisisi. Wala na si Vina at wala nang pag-asang maibalik pa muli ang kanilang matamis na nakaraan. Eksaktong isang taon mula nang nagkakilala sila nito. Isang taon kung kailan nakadama siya ng kakaibang saya at kaligayahan. At ngayon, ito rin ang araw na punung-puno ng pagdurugo ang puso niya.

41

Too Late Na Ba?

* * * * * * * *

**"You never really appreciate someone
until they're gone"**

* * * * * * * *

Matagal bago muling nakapagsalita si Vince. Punong-puno ng pagsisisi ang boses nito.

"(Sigh!) B-Baka naman alam mo... kung saan lumipat si Vina... ayaw mo lang sabihin? Please, Jamie... gusto ko lang siyang makausap at kahit papaano ay makahingi ng tawad...

"AT TAPOS?!! mataray na tanong ni Jamie.

"B-Baka sakaling mapatawad niya ako...

"Hmmp! Nag-aasa ka pang... hindi pa huli ang lahat... at maibabalik mo pa ang nakaraan?"

Nahihiyang napatango si Vince.

Matagal na tiningnan siya si Jamie. Iiling-iling habang tinitimbang ang susunod na sasabihin.

"Kalimutan mo na si Vina," sa wakas ay naibulalas nito. "Mayroon na s'yang kinakasama ngayon."

Parang pinagbagsakan ng langit at lupa si Vince nang marinig ito.

"M-May kinakasama na si Vina?"

Tumango si Jamie, *"(Sigh!)* Naaalala mo ba 'yung matandang lalaki na sumundo sa kanya... noong pinuntahan mo siya dito?

"Oo... Oo..."

"P'wes, siya ang kinakasama ni Vina ngayon. Bagong sugar daddy... and since rich-old-man ito... ibinahay na siya nito!"

Napapikit si Vince. Nagsisikip ang dibdib sa paghihinagpis.

"Kalimutan mo na si Vina," pagtatapos ni Jamie. "Para na rin sa ikabubuti mo ito."

* * * * * * * * * *

Iiwan na ni Jamie si Vince pero nakiusap ito.

"B-Baka, pwede... h'wag ka munang umalis."

"*(Sigh!)* Wala na naman tayong dapat pag-usapan pa, diba? Ano pang gusto mong malaman?"

"W-Wala... wala! Basta gusto ko lang mapag-usapan si Vina. Kahit ano... basta tungkol sa kanya. Please, Jamie? Hamo, dadagdagan ko ang bayad ko para hindi umangal ang manager ninyo."

"Haaay! Bahala ka! Ikaw naman ang magagastusan," sagot ni Jamie sabay umupo muli.

Pilit naghanap ng maiitanong si Vince.

"Uh... ano... ahhh... bakit nga pala naisipan ni Vina... na magkunwaring may kakambal? Dahil ba rin sa akin?"

Umiling si Jamie, "Naku, hindi. Matagal na niyang ginawa ito bago ka pa dumating sa buhay niya."

"Ganon? Pero bakit?"

"Haay, naku... kailangan pa bang ispelingin 'yon? Ang gusto ni Vina ay maihiwalay ang pagiging GRO niya sa pag-aaral niya. Plano niyang tumigil sa trabahong ito kapag naka-graduate na siya. Gusto niyang burahin ang parteng ito at makapagsimula ng bago. Hindi dahil sa ikinahihiya niya ito... pero, dahil na rin mapang-husga ang mga tao."

Malungkot na napatango si Vince, "K-Kahit papaano... naiintindihan ko dito si Vina. Totoong sobrang malupit at mapanghusga ang mundong ginagalawan natin."

Pansamantalang namayani ang katahimikan. Hindi nagtagal ay muling nagsalita si Vince.

"Hmmm... kaya naman pala laging inaantok at natutulog sa sasakyan si Vina. Trabaho sa gabi... tapos, aral naman sa umaga. Tapos, s'ya pa ang nag-aasikaso ng pagluluto, paglalaba— ng lahat-lahat na! Akala ko... antukin lang talaga s'ya. 'Yun pala... pagod na pagod... at laging puyat!"

"Sinabi mo pa, Vince. Maraming sakripisyong ginagawa si Vina... para makaahon dito... at matupad ang kanyang mga pangarap."

"Ummm... ahhh... talaga bang hindi maiiwasan sa trabaho n'yo ang... uhhh... ang makipag-halikan at... makipag-sex sa customer ninyo? Kailangan pa bang magkaroon kayo ng sugar daddy... at kasamahin ito? Pasens'ya ka na, Jamie... kung medyo prangka na ang pagkakatanong ko. Medyo frustrated na kasi ako!"

"Okay lang, Vince... sanay na rin naman ako sa mga ganyang tanong. *(Sigh!)* Paano ko ba uumpisahan? Ummm... ganito 'yun, e. Hindi naman kasama sa trabaho namin yung makipaglandian sa customer... lalo na ang makipag-sex..."

"Ganon naman pala! Bakit umaabot sa ganoon?"

"Marami kasi sa customer... makukulit at mapilit. Ini-expect nila... p'wede ito. Kung tutuusin, pwede namang tumanggi... kaya lang, mas malaki ang tip nila sa iyo... kapag pumayag ka— lalo na kung makikipag-sex ka sa kanila. Ayaw kung ayaw— sino bang may gustong gawin iyon? Pero, napipilitan ang iba... dahil sa pangangailangan. Oo, mali ito... kaya lang, minsan kapit patalim na rin kami... para mabuhay..."

"N-Naiintindihan ko naman ang sinasabi mo, Jamie. Mahirap din talaga ang kalagayan n'yo... hindi ko na rin masisi si Vina kung..." hindi na tinapos ni Vince ang sasabihin.

Sandaling natigilan si Jamie. Pinag-aaralan kung sasabihin pa ang saloobin. Sa huli ay nagdesisyon itong magsabi ng totoo.

"Hindi ganoon si Vina. Malinis siya, Vince."

"Okay lang, Jamie... hindi mo na kailangang pagtak'pan pa si Vina. MAHAL KO SI VINA— hindi na importante sa akin kung ginawa man niya 'to o hindi. Kahit ano pa ang nakalipas niya, balewala na sa akin ito... SIYA ANG MAHAL KO— at wala nang makapagbabago sa isip ko tungkol dito!"

"Hindi sa pinagtatakpan ko si Vina... pero, maling-mali ang pagkakakilala mo sa kanya."

"A-Anong ibig mong sabihin?"

"Hanggang pa-table-table lang si Vina. Nakikipagk'wentuhan... nakikisakay sa gusto ng customer. Syempre, naandoon yung nayayakap-yakap ito, mga cheek to cheek... o paminsan-minsang nahahalikan. Hindi mo ito maiwasan, kahit ayaw mo... lalo na dun sa nga customer na mabibilis at magugulang."

"Pero, hindi ba..."

"May pangarap si Vina. Gusto niyang makaahon dito. At kung sakaling mangyari nga 'yon... ayaw niyang hahabulin siya ng kanyang nakalipas. Kaya, kahit sabihin mong GRO siya... may limitasyon ito."

"Limitasyon? Papaano... bakit?"

"Hindi ito pumapayag na... *(sigh!)* lumampas sa hindi dapat ang pakikitungo niya sa mga customer— kahit sabihin pa... na ganon pa rin ang tingin sa kanya ng mga ito. Para sa kanya... ito na lang ang tanging pinanghahawakan niya... na lumalaban pa siya at hindi sumusuko. Kahit sabihin pa na... karamihan sa amin ay ginagawa ito."

"Tumatanggi si Vina... kahit bayaran pa siya ng malaki?"

"*(Sigh!)* Oo. Kaya nga, madalas, e... inaayawan siya ng mga customer. Suma total, kadalasan ay maliit lang ang kinikita nito. Alam mo naman ang karamihan sa mga customer... ang gusto, e... all the way, ika nga. Kay Vina... nadi-disappoint sila... kaya kokonti lang ang nagte-table sa kanya. Kaya, ayun... halos sapat lang sa pag-aaral niya 'yung kinikita niya."

"Hah? Pero bakit kapag nagkuk'wentuhan kami... kapag dumadating sa ganoong usapan... parang ginagawa niya ang mga 'yun?"

"Sabi kasi ni Vina... gano'n din lang ang tingin ninyo sa aming mga GRO... e, di... tanggapin na lang n'ya. Wala namang maniniwala kung sasabihin niyang...

hindi n'ya ginagawa ito. Uhumm, halimbawa na nga ay... ikaw— IKAW MISMO! Hindi ka man lang nagdududa o nagtatanong sa kanya... kung talagang kumekerengkeng siya o pumapatol sa mga customer. Tama, diba?"

Nanlulumong napatango si Vince.

"Oh, kita mo na? Kung sinabi ba niya noon... na hindi siya pumapatol sa mga customer— maniniwala ka? Hindi, diba?"

Tumango si Vince.

"O, kita mo n! Masisisi mo ba si Vina kung bakit hindi niya sinasabi ang totoo sa iyo?"

"(Sigh!) Oo... Oo. Sa totoo lang... ngayon ko lang naisip... ako pa 'yung laging nangungulit kay Vina... na nanglalandi siya ng mga customer n'ya... at pumapayag siyang makipag...!"

Napapikit at napatungo na lang si Vince. Lubos na pinagsisisihan ang nagawang panghuhusga.

"Kasi naman, bakit lagi niya akong tinutukso tungkol dito," biglang nasambit nito. "K-Kunwari tatanungin pa n'ya ako kung gusto kong ilabas siya... kesyo paliligayahin niya ako, bibigyan ng discount... at kung anu-ano pa! Lalo tuloy akong naniwala na ginagawa niya ito."

"Hi! Hi! Hi! Palabas lang ito ni Vina. Wala lang... natutuwa lang siya sa iyo. Alam naman niyang 'good boy' ka... at hindi ka padadala sa mga pangtutukso niya. Sinusubukan din n'ya kung iginagalang mo siya... at nirerespeto bilang isang babae."

Malungkot na nagtanong si Vince, "Pumasa ba ako?"

"Oo," sagot ni Jamie. "Tuwang-tuwa nga s'ya tuwing ikinuk'wento ang tungkol dito. Sa iyo lang daw niya naranasan muli ang maigalang bilang isang babae... kahit GRO siya."

"Pero, bakit pumatol na s'ya... sa isang matanda... at sumama pa dito?"

Tiningnan ni Jamie sa mga mata ang binata. Nakita niya sa mukha nito ang matinding pagdurusa. Nabagbag ang damdamin ni Jamie at nagdesisyong ipagtapat ang totoong dahilan kung bakit nagawa ito ni Vina."

"Bakit? Kasi, gusto niyang iwanan mo na siya... at kalimutan! Ikahiyang naging parte siya ng buhay mo."

"P-Pero... bakit?"

"Tinatanong mo kung bakit? DAHIL... MAHAL KA NI VINA!"

42

Lost, Found
And Lost Again

"**M**ahal ka ni Vina, Vince. Hindi man niya gustong malaman mo ito... pero mahal na mahal ka niya!"

"Mahal? Mahal ako ni Vina? Hah! Parang ayoko yatang maniwala," galit na sagot ni Vince. "Kung mahal n'ya ako... bakit pumatol siya sa iba? Bakit lagi niya akong minamaliit, pinagtatawanan... hinihiya? Tapos ngayon, sasabihin mong— mahal niya ako? Sheeesh! E, ipinagpalit na nga niya ako sa isang matandang hukluban— paano pa ako maniniwalang mahal n'ya ako?"

"Palabas lang ni Vina ito para masiraan ka ng loob na ligawan siya. Yung tungkol sa pagiging 'poor' mo at tungkol sa mga luho n'ya — kunwari lang lahat ito, pati na ang panglalait niya sa iyo. Ayaw nito na mahalata mong may pagtingin siya sa iyo."

"Mahal ka ni Vina," inulit ni Jamie, "ito ang dahilan kung bakit pilit s'yang umiiwas sa iyo at ipinagtatabuyan ka. Ayaw n'yang pagsisihan mo ang lahat kung malalaman mong... mahal ka rin niya."

"Pagsisisihan ko? P-Pero, bakit? Kung mahal n'ya ako..."

"Ang hirap sa iyo, Vince... puro sarili mo lang ang iniisip mo! Kung ikaw na nga mismo... nahiya sa pagiging GRO ni Vina — paano pa ang ibang tao?

"Hindi ba... ikaw na mismo ang umaming... dahil GRO si Vina kaya mas pinili mo si Vanessa. Kahit alam mong mahal mo na siya... nagduda ka pa rin... at nagalangan. O, sige nga... ikaw man ang lumagay sa lugar ni Vina— anong mararamdaman mo? Masisisi mo pa ba siya kung bakit pilit ka niyang ipingtatabuyan? Sige nga, sagutin mo ako!"

Hindi nakasagot si Vince.

"Kung ngayon nga na hindi pa kayo nagkarelasyon... ikinahiya mo na siya — paano pa kaya kung kayo na? At ito ang ikinatatakot ni Vina. Bukod sa masasaktan siya, ang lalong hindi niya matanggap... ay ang pati ikaw ay mapahiya... nang dahil lang sa kanya," pagpapatuloy ni Jamie. "Kung si Vina lang... sanay na siya dito. Tanggap na niya ang pangkukutya ng mga tao sa kanya. Pero... ibang usapan na... kung ikaw ang makikita n'yang pinagtatawanan. Ayaw niyang mapahiya ka. At p'wede lang mangyari ito— kung hindi kayo magkakaroon ng relasyon. Nakuha mo ba ang sinasabi ko? Ganoon ka niya kamahal, Vince. Kaya nitong magsakripisyo para lang sa iyo."

"(Sob!) Tama! Tama ka... puro sarili ko lang ang inisip ko. Pero, ngayon... gusto kong patunayan sa kanya... na s'ya ang totoong mahal ko... at s'ya ang gusto kong makasama."

"Owws! Paano ang pagiging GRO niya?"

"Wala akong pakialam kung GRO man siya... o kahit ano pa man. Wala rin akong pakialam sa mga sasabihin ng mga tao. Ang importante ay mahal ko s'ya at s'ya ang gusto kong makasama!"

Matagal na katahimikan ang namayani.

"Tsk! Sayang... sayang at huli na," naiiling na nasambit ni Jamie.

* * * * * * * * * *

Hindi sumuko si Vince sa pag-asang makita pang muli si Vina. Ginalugad ang lugar kung saan alam niyang nakatira ito. Mula sa binababaang jeep, nagta-tanong siya sa paligid. Sa pagpupursigi ay napag-alaman niyang sa kalye Pitimini ito nakatira. Agad niyang pinuntahan ang lugar pero huli na rin siya. Matagal na daw itong nakaalis. Wala namang alam ang mga nakatira doon kung saan ito lumipat. Maging si Aling Marina ay walang kaalam-alam ng tanungin niya tungkol kay Vina. Nagulat pa nga ito nang malaman na lumipat na ito ng tirahan. Wala din itong kaalam-alam sa mga nangyayari.

Nagbakasakaling tinawagan muli niya si Vanessa, pero wala nang sumasagot sa number nito. Nagbakasakali si Vince na puntahan ang school kung saan nag-aaral si Vina (a.k.a Vanessa). Sa registrar ito unang nagtungo upang mahanap kung saang kolehiyo ito naka-enroll. Itinuro siya sa Commerce building. Accounting daw ang kinukuhang kurso ni Vanessa.

Pagdating niya doon ay pinapunta siya sa Office of the Student Affairs. Isang student-clerk ang humarap sa kanya.

Magal hinanap ng clerk ang pangalan ni Vanessa. Nang makita ay napailing ito.

"Tsk! Tsk! I'm sorry, Sir. Pero, nag-stop na nang pag-aaral si Miss Vanessa Alegre," pahayag nito.

"Hah?!! Sigurado ka ba?"

"Well, according sa record namin, nag-request siya na i-drop with permission ang mga subjects niya. Mmmm... sayang nga, since matataas ang mga previous grades niya. Most likely, nasa top 20 sana siya ng graduating class nila."

Nanghina si Vince nang marinig ito. Naalala nito ang kwentuhan nila ng dalaga.

((((((((O))))))))

"Uhumm... Ness, kamusta naman ang pag-aaral mo?"

"Mmmm... okay naman, so far. Siguro, kahit papaano, ga-graduate ako kasama sa top twenty nang batch namin. Kung hindi man... okay na rin 'yun. Ang importante ay makaka-graduate na ako."

Seryoso, Ness... bakit ayaw mo pang mag-boyfriend... nasa tamang edad ka na naman?"

"Gusto ko kasing makapag-focus muna sa pag-aaral ko. Kadalasan kasi— hindi ko nilalahat, ha... kapag may boyfriend na ang isang babae... napapabayaan ang pag-aral."

"Bakit, ganon ka ba?"

"Uhmmm... ewan ko... hindi ko alam— wala nga akong boyfriend, diba? Hi! Hi! Hi!"

"Haaiisst! Oo nga pala, ano!"

"So, habang hindi pa ako nakakatapos... ayoko munang magka-boyfriend. Hi! Hi! Hi! Mahirap na— baka ganun din pala ako... madiskarel pa ang pag-graduate ko! Mabuti na 'yung sigurado!"

((((((((O))))))))

Hindi maiwasan ni Vince ang usigin ng konsens'ya, *"(Sigh!) Kung hindi dahil sa akin... sana ay makaka-graduate si Vina. Sana hindi na lamang ako dumating sa buhay n'ya... (Sob!) NASAAN KA NA, VINA... NASAAN KA NA?!!"*

* * * * * * * * * *

Dahil dito, lalong nagsumikap si Vince na mahanap si Vina. Halos lahat ng oras niya ay ginugugol sa paghahanap. Sinubukan din niyang hanapin ito sa iba't ibang club o beer house. Nagtanong-tanong sa mga maaaring nakakakilala dito. Pero puro kabiguan lang ang natamo niya. Parang bulang biglang naglaho na lang si Vina sa balat ng lupa. Hindi maiwasan ni Vince na panghinaan nang loob habang nagtatagal.

Tanging dasal at pananampalataya sa Diyos ang nagpapalakas ng loob nito.

"Lord, please... sana po ay muli kong makita si Vina. Kung ano't-anuman, tanggap ko na ang kapalaran ko. Kung may mahal man siyang iba— okay lang po. Kung ayaw na niya sa akin... kung kinamumunhian man niya ako— okay lang, Lord... pero... PLEASE, PLEASE... makita ko man lang siya... kahit sa huling pagkakataon na lamang."

"Please, Lord... sige na po!"

43
Nowhere Girl

* * * * * * * *

"I believe we'll meet again someday. Until then I'll keep on loving you."

* * * * * * * *

"**B**ro, curious lang ako. Hmmm, bakit ba pilit mo pa ring hinahanap si Vina," tanong ni Daniel kay Vince, "alam mo namang may iba na itong kinakasama, diba? Meaning, she's taken... so, what's the point?"

Hindi na nailihim ni Vince sa mga kaibigan ang tungkol sa kanila ni Vina. Naging maunawain naman ang mga ito at tumutulong din sa paghahanap.

"(Sigh!) Closure lang, Bro," mailap na sagot ni Vince. "Uhm... nagkahiwalay kasi kami ng ganun-ganon lang... 'yung bang hindi kami nagkakaintindihan. Gusto ko sana... kahit papaano ay magkasundo muli kami."

"Bro, 'yun lang ba talaga?"

"(Sigh!) Okay, okay! Aaminin ko... kahit papaano, nag-aasa pa rin akong... maibalik ang dati naming samahan at..."

"... at magkabalikan ulit, diba— ANG MAGING KAYO MULI?" pagtatapos ni Daniel. "Yun naman talaga ang gusto mong mangyari... c'mon, Bro, admit it!"

Lulugu-lugong tumango si Vince.

"Bro, parang suntok naman sa buwan ang gusto mong mangyari! I mean... with all that has happened—

imposible nang magkatotoo ito! Una, nasaktan mo si Vina... kasi mas pinili mo 'yung kakambal— este, alter ego niya. Pangalawa and most importantly, may bago na siyang 'Papa' and according to you... filthy rich ito! Tama ba?"

"O-Oo..."

"AND LAST, but not the least... how long has it been... a year... a year and a half and counting? Masyadong matagal na, Bro! Just imagine, if she wanted to reconnect with you, she could have done it before. She could have called or even just sent you some text messages... pero WALA — ZILCH! Sa tagal na 'yon, so much could have happened. For all we know... baka buntis na 'yun, may isang-dosenang anak na or something. *(Sigh!)* Wake up, Bro— tanggapin mo na ang katotohanan... it's a wild goose chase and nothing good will come out of it. Bottom line... imposible na kayong magkakabalikan pa ni Vina!"

"Daniel, please... h'wag mo namang sabihin 'yan!"

"Hmmm... sorry, sorry! Pasens'ya ka na, Vince... I just got carried away. Naaawa lang kasi ako sa iyo. Man, look at yourself! You look shit! Para kang tumanda ng sampung taon since Vina left you. Bro, I'm telling you... it's a foregone conclusion— it's nothing but a pipe dream on your part. Better accept it, pal. The earlier... the better. Why dwell on the fish that got away... when there's a lot more of it as we speak..."

* * * * * * * * * *

"Paano ba mag-move on?" tanong ni Vince sa sarili. Kahit matagal nang wala sa buhay niya si Vina, ito pa rin ang laging nasa isip niya. Bagama't tumigil na siya sa

kahahanap dito, hindi pa rin naman siya nawawalan ng pag-asang muling makita ito.

"*Kamusta na kaya si Vina? May asawa na kaya siya... o anak? 'Yun pa rin kaya ang kinakasama niya... o may bago na siya?*"

Nailing ito sa pinag-iisip.

"*Haaay! Ano ba naman ako? Kung anu-ano ang pinag-iisip ko! Erase, erase— erase!!!*"

Pilit nitong iwinaksi sa isip ang imahe ng dalaga.

"*Hmmmp! Move-on na ako— move on! Tapos na ang chapter ng buhay kong 'yon... kaya, kailangang mag-move-on na ako!*"

* * * * * * * * * *

Lalong ibinuhos ni Vince ang panahon niya sa pagtatrabaho. Dahil dito ay lalong umasenso at lumago ang design company nila.

"Vince, nakakatuwa naman!" wika ni Rico. "Kahit medyo start-up pa lang ang company natin, marami na agad tayong kliyente. Aba, kumpara sa ibang kompanya— hindi naman tayo pahuhuli. Maliit man itong office natin... sosyal naman ang dating... at kumpleto tayo sa lahat!"

"Oo nga, Bro!" sang-ayon ni Daniel. 'It's great at naisipan mong i-push ito. At least ngayon, what we are earning now — is more than our wildest dreams!"

"Huuus! Oo na," sabat naman ni Bella, "you don't have to say it! As of now, nabibili natin ang mga gusto natin without tightening our belts... unlike before."

"For example, in a short period of time... nakabili na tayo ng sari-sarili nating mga kotse. Ito ngang si Daniel... balak pang palitan 'yung kotse n'ya ng mas bago— e, samantalang bagong-bago pa lang ito... last years model pa lang 'yun!"

"Ha! Ha! Ha! Hey, Daniel, I'd like to remind you... easy lang sa paggastos," singit ni Vince, "remember, ikakasal na kayo ni Bella next month!"

"I know! I know!" sagot ni Daniel, "kaya nga nagpapakasawa na ako! Saka, I'm buying a bigger car. In preparation kapag may baby na kami ni Bella. Hey, guys— Oo nga pala... don't forget— my stag party before the wedding bells! Feb 14 to be exact. Expected ko kayong lahat... especially you, Vince, my friend!"

"Ha! Ha! Ha! You don't have to remind me. We will all be there!" sagot ni Vince. "Sino bang mga invited?"

"LAHAT!!! As in, lahat ng kakilala natin from the yonder years and above! Old acquaintances, new and future friends are welcome— the more the merrier, diba?"

"Sabagay, tama ka naman doon," sangayon ni Vince. "Naku, siguradong riot tayo! Imagine, magkikita-kita na naman ang mga barkada."

"Oo nga pala, Daniel. Bakit Feb 14 mo pa naisip mag-stag party?" tanong ni Rico.

"Itinatanong pa ba 'yon? Feb 14 —Valentine's day — the love day... what a better day to end my batchelorship with a bang!!! Sigurado ako, maraming mga specials at freebies ang mga clubs o hotel during that day. Let's take advantage of that!"

"Well, sabagay... you have a point there. Since it's your party —kailangang to the max ang celebration! And... let's not forget... birthday din 'yun ni Vince —so double celebration!"

"Yessssirreee! Kaya nga 'yun ang petsang pinili ko. Alam ko namang walang 'date' itong kaibigan natin — at wala ding lakad! So what better way for him than to spend it with his best friends, diba?! Malay natin... baka may ma-hook pa tayong girl na, matitipuhan niya, e di, so much the better!"

"Hi! Hi! Hi! Pati ba ako, invited?" pilyang singit ni Bella.

"Haaaiiss! Kaya nga tinawag na stag party... para lang sa aming mga boys! Diba ikaw... may bridal shower of your own? So, leave us guys alone to enjoy this day. Last chance ko na ito para magwala... as single man! Ha! Ha! Ha! O, Vince, put it in your calendar —ikaw ang special guest ko!"

"Ahhhii! As if hindi ko pa alam..." banat ni Rico, "... kaya ka insistent na pumunta du'n si Vince... ay dahil siya ang sasagot ng lahat ng gastos!"

"Ha! Ha! Ha! Syempre naman! E, si Vince ang pinaka-rich sa ating lahat dito! Saka, let me have my fun, guys... kapag asawa ko na ang darling ko... sigurado, balik pulubi na naman ako nito! Ha! Ha! Ha!"

"Aba, aba! At anong gusto mong palabasin, ha?!!" b'welta ni Bella na naggagalit-galitan, "na titipirin kita kapag mag-asawa na tayo? Hi! Hi! Hi! FYI.... tama ka d'yan! Your money is my money... and mine is mine alone!!!"

Ngingiti-ngiti lang si Vince, ayaw ipahalata na matinding kalungkutan ang nararamdaman nito sa mga sandaling iyon.

"(Sigh!) February 14 pa ang piniling petsa ni Daniel. Itinapat pa niyang... birthday ko... dahil wala naman daw akong 'date'. (Ugh!) Hindi nila alam na birthday din ito ni Vina... at ito ang araw na kami'y nagkakilala... at tuluyang nagkahiwalay"

"Haaisss! Mga Bro, HELP!" patuloy na pagpapatawa ni Daniel. "Wala bang pag-asang makakalas sa kasal namin o kahit mare-schedule? Baka pwedeng... after ten years na lang ulit! Ahahahaha!"

"Aba, ang bruhong ito at s'ya pa ang may ganang umurong —samantalang s'ya yung halos magluluhod sa akin na, pakasalan ko na s'ya!" banat ni Bella, "Hoy, for your info... sandamakmak ang naghihintay sa akin kung hindi tayo magkakatuluyan!"

"Sino?" pabirong tanong ni Daniel, "Yung karpintero sa inyo... yung nagtitinda ng fishball... o 'yung nagtitinda ng taho sa inyo tuwing umaga? Ha! Ha! Ha!"

"Grrrr! Ang damuhong ito, at kung sino-sino ang inireto sa akin," angal ni Bella, sabay lumapit at pakunwaring yumakap kay Vince.

"Tara nga, Vince... ikaw na lang ang pakakasalan ko. Mas malaki naman ang kinikita mo sa future-husband ko! Hi! Hi! Hi! Sabihin mo lang at sa isang saglit — iiwanan ko 'yang mokong mong kaibigan!!"

"Ha! Ha! Ha! Manahimik nga kayong dalawa!" sagot ni Vince. "Pati ako idinadamay n'yo pa!"

"Oo nga, Bella," sabi ni Rico, "e, nagkamali ka nang niyaya. Alam mo namang stick-to-one 'yan si Vince."

"Ngek! Stick-to-one? Kanino? 'Dun sa imaginary girlfriend niya.. a long, long time ago... in a galaxy so far, far away? Haaay, naku, Vince —wake up na — it's not gonna happen! Matagal nang wala 'yun. For all you know, baka sampu na ang anak nu'n at losyang na losyang na ang itsura! Sige na.... naandito naman ako! Hi! Hi! Hi!"

Habang nagbibiro si Bella, parang si Vina ang nakikita ni Vince. Muli itong nakaramdan ng kalungkutan. Pinilit niyang hindi magpahalata pero napansin naman ito ni Daniel at pinilit baguhin ang usapan.

"Haaiis! Ano ka ba naman, Hon? Don't make jokes like that! Alam mo namang..." hindi tinapos nito ang sinasabi at sa halip ay tiningnan ng makahulugan si Bella. Naintindihan naman agad ito ng nobya.

"E, kasi naman, sinasayang nitong kaibigan natin ang panahon. Hindi man lang nag-gu-goodtime, kahit paminsan-minsan. It's not that I'm complaining. Dahil din dito, kaya nag-grow ang business natin. Pero, nag-aalala din naman ako sa kanya... 'yun lang."

Kunwaring sumaya si Vince, "Ha! Ha! Ha! Huy, ano ba kayo, guys? Okay lang ako... sanay na ako d'yan kay Bella. At saka tama siya. I think it's high time na... I leave yesterday behind and start again. Diba?"

"Tama! Tama!"

"Aprub, aprub!"

"I second that!"

At nag-high-five ang magkakaibigan!"

44
A New Beginning

"**H**ey, Vince, sino 'yung kausap mong chika-babes kanina?" tanong ni Rico.

"Uhmmm... sino... 'yung nasa k'warto ko kanina?" sagot ni Vince. "I don't know!"

"Bro, please don't play with me. Anong hindi mo kilala? E, grabe ang ngitian at tawanan n'yo kanina. At may pahampas-hampas pa sa iyo yung chick!"

"Ha! Ha! Ha! Wala talagang nakakalusot sa iyo, Rics! Anyway, does she look good to you?"

"Bro, malabo na ba ang mga mata ko? Mukha ba akong shunga-shunga? Kahit sa malayo, I can see that she's hot... as in very, very HOT!"

"Wow! Iba ka talaga kapag nangilatis ng mga babae. Saludo ako sa iyo, Bro!"

"Okay, okay... enough with the chit-chat —h'wag mo nang iliko ang usapan! Sino 'yung hot babe na 'yun?"

"Si Pamela! S'ya yung account executive nung perfume company na account natin. She's the one overseeing our product presentation. Nagpunta s'ya dito para i-discuss yung tungkol dun sa product campaign nila... plus we had some papers signed."

"Pamela, Pamela! That's a nice name. Is she still single, Bro and available? Naitanong mo ba?"

"Well, in the course of our conversation... medyo nabanggit n'yang... she's single and... available at the moment!"

"Wow, Vince! Ano pang hinihintay mo? Nagparamdam na ito sa iyo. Hindi ka naman manhid para hindi mapansing... she's interested in you! Tamang-tama, you'll have a special someone on Valentine's day!"

"I know... I know! Sabi mo nga, hindi naman ako manhid. And I'm strongly thinking of going into that direction. In fact, ibinigay n'ya sa akin ang cp number niya... and told me, to give her a call anytime sooner."

"Wowoweee! What are you waiting for? Go for it, man! Not for anything else, pero in my opinion... she's hotter than Vina. Sorry to bring it up, bro. I'm just saying... this is too good a chance to pass up!"

"Noted, my friend... noted. Tulad ng sabi ko kanina... I'm definitely thinking of going into that direction -—and now, you convinced me. Let's see what happens next!"

* * * * * * * * * *

Nang unang makita ni Vince si Pamela, na-attract agad siya. Tulad ng sinabi ni Rico, naiiba ang kagandahan nito. Hindi lang ito maganda, sobra-sobra pa ang sex appeal. Mula sa pananamit, pag-aayos at kung paano dalhin ang sarili. Kaya nga siya napansin agad ni Vince ay dahil nakatingin dito halos ang lahat ng tao na nasa paligid.

"Wow! Grabe ang appeal ng babaeng ito. Parang si Vi... " bigla niyang pinigil ang sasabihin.

Napailing siya at tahimik na pinagalitan ang sarili.

Unti-unti na ring nababawasan ang lungkot sa isipan niya. At ngayon nga ay handa na siyang magmahal muli.

"It's about time. I'm ready!"

* * * * * * * * * *

Laking gulat ni Vince nang sinugod siya sa kwarto ng mga kaibigan niya.

"Is it true, Vince, is it true?" tanong ni Bella, "Totoo bang you are finally —finally going out on a DATE today?!!!"

"Tell us the good news, Bro —tell us!" dagdag ni Daniel.

"Wow! Grabe ha, ang bilis naman ng balita? Yes, yes... I'm going out on a... uhmmm, actually, hindi naman date ito. May pag-uusapan kami ni Pamela tungkol dun sa product nila... and we decided... to go on a dinner date habang pinag-uusapan namin ito!"

Pabirong hinampas siya ni Daniel, "Ha! Ha! Ha! C'mon, Vince —h'wag nga kaming pagbobolahin! Sige na, sige na... spill it out!"

"Well, niyaya ko siya ng dinner date... on the pretext na... there's something na dapat naming pag-usapan tungkol dun sa product nila."

Almost two weeks na ang nakalipas simula nang una silang nagkakilala ni Pamela. Sa panahong iyon ay nadalas ang pagpunta-punta nito sa office dahil na rin sa pag-finalize ng ad campaign ng produkto nila. Nasundan din ito ng tawagan at pagte-text-text. Ngayon nga ay naisipan ni Vince na yayain itong kumain sa labas.

"Uhumm... very subtle, panyero! Ha! Ha! Ha! It seems... you still know how to play the game!"

"Hindi naman," depensa ni Vince. "I'm just taking it... one step at a time — going forward..."

"Well, it's a step in the right direction," sangayon ni Bella, "and like you said... one step at a time. Who knows where it would lead? Hi! Hi! Hi! I like it, I like it!!!"

"Minsan ko pa lang siya nakita," hirit naman ni Daniel, "but I have to agree with Rico here. She's one gorgeous girl... definitely HOT and a good catch!"

"I told you so!" dagdag ni Rico. "The moment I saw her, sabi ko... match na match ito kay Vince. Sa akin nga sana... pero ipinauubaya ko na ito sa ating dakilang kaibigan!"

"Assuuss! At nag-ilusyon pa itong damuhong ito!" banat ni Bella. "Sa tingin mo... papatol ito sa iyo? In your dreams—mangarap ka at magising! Hi! Hi! Hi!

"Bakit?" angal ni Rico. "Lamang lang naman sa akin si Vince ng dalawang paligo, a! Hindi naman kami nagkakalayo sa pagka-gandang lalaki! Ha! Ha! Ha!"

"Ho, Rico... tumingin ka nga ng mabuti sa salamin— ang lakas mong mag-ilusyon! Tingnan mo nga ang itsura mo at ni Vince—ga-milya ang layo!"

"Ache! Ache! Tama na nga kayong dalawa't baka malasin pa ang date ni Vince. Anyway, I'm sure, after this date... matatapos na ang pagiging 'available' ng kaibigan natin."

"Woot! Woot!!

"Hey guys! Don't get ahead of yourself. It's just a friendly date..."

"Bro, knock it off! Tama na ang pagddilly-dally mo! Go for it! We're all rooting for you!"

Natawa na lang si Vince, "Okay, okay! If you say so. Ha! Ha! Ha!"

"Anyway," hirit ni Daniel," in case it doesn't work out —I'm willing to... 'stand-in' for you. He! He! He!"

Binatukan ito ng malakas ni Bella.

WHAAAPP!!!

"A-ARAAAYYY!" palahaw ni Daniel, "grabe ang sakit nun, Bella! Bakit mo ako hinampas?"

"Haaiisss! Tinatanong mo pa? Walangdyo ka rin naman, harap-harapan mo 'kong kinakaliwa't pinapalitan! Pasalamat ka at wala akong nahawakang kahoy o kung ano man —kung hindi mas malala pa d'yan ang inabot mo!!"

"He! He! He! Hon, naman... nagbibiro lang naman ako. Joke lang... magagawa ko ba naman sa iyo 'yon?"

"Aba, malay ko! E, naandito na nga't kaharap mo ako... balak mo pang manglandi ng iba!"

"Hehehe! Ikaw naman... joke lang 'yun," sagot ni Daniel, sabay humarap muli ito kay Vince, "pero, bro... just like I said... willing akong mag-sub sa iyo — ANYTIME! Ha! Ha! Ha!"

Pagkasabi nito ay mabilis itong tumakbo papalabas ng k'warto, habol-habol ni Bella.

"Huy, bumalik ka dito, hunghang! Lagot ka sa akin kapag inabutan kita!!!"

"Ha! Ha! Ha! Joke lang, Hon... joke lang!!!"

Naiwan si Vince na inaayos ang mga gamit para sa makauwi na. Ngayon pa lang ay excited na ito sa date nila ni Pamela.

"Yup! I think this is it. I'm off to a fresh new start with Pamela!"

45
Starting All Over

Sa isang exclusive na hotel restaurant kumain si Vince at Pamela. Hindi maiwasan ng binata na sumagi sa isipan ang mga panahong sabay silang kumakain ni Vina sa carinderia ni Aling Marina.

"(Sigh!) Ang tagal na rin pala noon... pero parang kailan lang," pagmumuni-muni nito. *"Ang saya-saya namin noon... k-kahit bangko't mesang maliit lang ang kinakainan namin. Basta magkasama kami —Haiissst! Ano ba 'yan at ito pa ang naaalala ko?! Dapat kay Pamela ako mag-concentrate...""*

"A penny for your thought?" wika ni Pamela. Napukaw ang pagmumuni-muni ni Vince.

"Ha, a, e... ano 'yun?" napatanong ito.

"Hi! Hi! Hi! Kanina ko pa kasi napapansin na... parang ang layo-layo ng iniisip mo," pilyang sagot ni Pamela. "Thinking of somebody? Don't you find me... alluring enough? (Giggle!) Hindi pa ba ako sapat sa iyo?"

"No, no, no! It's just that I remembered somebody. Madalas kasi kaming kumakain magkasama... and it just crossed my mind. Sorry, sorry, my bad!"

"Dito? Dito kayo kumakain?"

"Hindi! Ano... ahhh... sa karinderia lang. Sabay kasi kaming umuuwi noon in the wee hours of the night — galing sa trabaho."

"Huh! Sa carinderia lang? You mean... kumakain ka in those places?"

"Oo naman. Bakit naman hindi?"

"Ugh! No offense… but I mean… hindi ba madumi sa mga ganoong kainan? I mean… no sanitary permit and everything?"

"Ahh, hindi naman," napilitang magpaliwanag si Vince, "meron din namang mga clean at properly maintained na ganung kainan. At 'dun sa kinakainan namin, garantisadong malinis at maayos doon."

"Yuck!" diring-diring reaksyon ni Pamela. "Still… I won't get caught… eating in places like that! How'd you manage to eat there? Some kind of boy thing or bonding whatever?"

Hindi na sinagot ni Vince ang tanong. Iniba na lang nito ang usapan. Hindi naman nakahalata si Pamela. Maya-maya pa ay dumating na ang pagkain nila.

"How'd you like the food here?" tanong ni Vince habang kumakain sila.

"Oooh, I love it," sagot ni Pamela.

"Ummm, pwede nating gawing regular ang pagpunta dito… that is, if you want?"

"Ahhhh… ang sweet pakinggan nun! (Giggle!) Alam mo, Vince… I like where you are leading to!"

"Ha! Ha! Ha! Obvious ba? Akala ko, I'm being subtle!"

"You are, you are! Hi! Hi! Hi! However, looking forward ako na sabihin mo 'yon… kaya na-pick-up ko agad."

"Well, I think we're on the same page!"

"Oooowww! Definitely!"

Ha! Ha! Ha!"

Marami pa silang napag-usapan. Masayang-masaya si Vince. Matagal-tagal na rin na may nakasama siyang babae na nag-enjoy siyang kasama. Magiliw at masayahin si Pamela, hindi mahirap mapalapit ang kalooban ng sinuman —lalong-lalo na si Vince.

Kasalukuyang hinihintay nilang dumating ang dessert nila nang napansin ni Vince na tinitingnan ang menu.

"Do you still want something, Pam... may gusto ka pa bang kainin?"

"No, no —I'm so full already! Tinitingnan ko lang yung mga dishes. I'm thinking kaya ko ring lutuin ang mga ito."

"Wow, really?!! You mean, marunong ka ring magluto?"

"Of course! Ang dami ko yatang alam na special na recipe! For your info... nag-aral ako ng culinary arts. Plus, marunong akong mag-bake! You want me to cook for you?"

"Wow! Of course! Will that be possible?"

"Just make sure... you have a well-stocked refrigerator. Kailangan kumpleto rekados para siguradong masarap ang lulutuin ko!"

"Ganon? Nakup, paano 'yan... kulang-kulang ang laman ng ref ko? Hindi ba p'wedeng magluto ka na lang... kung ano yung madatnan mo sa ref ko?"

"Uhmmm... that will never do, Vince! Kailangan kumpleto lahat... or I'll be lost. If you want, I can buy all the ingredients!"

"No, no, no! It's okay. Naitanong ko lang naman. Maybe one of these days siguro — why not! Pero ngayon... let's not think about it."

Kahit pilit nitong iwinawaksi sa isipan, hindi maiwasan ni Vince na pumasok sa isip si Vina.

"(Sigh!) Si Vina, kahit ano — pwedeng lutuin! Kahit pira-piraso lang at konting sahog — okay na!" nagsisimulang maisip nito at biglang nagalit sa sarili. *"Sheeesshh! What am I doing? Ano ba ako? S'ya na naman ang naisip ko!!! Mali, mali! Forget about Vina —she's now history. I'm here enjoying myself with Pamela..."*

Napukaw ang iniisip ni Vince nang magsalita si Pamela.

"Oooh! It's almost nine na pala! Let's go home na. It's way past my bedtime!"

"Huh! Nine pa lang naman — bedtime mo na?"

"Beauty sleep, Vince! As much as possible, gusto kong nakakatulog nang maaga... para siguradong pretty and beautiful ako sa morning! Ayokong gising pa ako in the wee hours of the morning."

Biglang natigilan si Vince. Muling naalala ang una nilang pagkikita ni Vina.

Madaling araw...

Sa loob ng jeep...

Kumakain ng bopis...

Nagkukwentuhan, nagbibiruan, nag-aalaskahan... hindi pansin ang oras kahit na umagahin pa sila...

46
The Way We Were

"**Bro, what happened?**" excited na tanong ni Daniel pagpasok ni Vince kinabukasan. "Are you officially... back in the game? Ha! Ha! Ha!"

"Well... sort of... kind of," sagot ni Vince.

"Sort of, kind of?" naguguluhang tanong ni Rico, "Bro, anong klaseng sagot naman 'yan? Hey, don't keep us in the suspense — what happened? Nai-motel mo na ba si Pamela?"

WHHAAPP!!!

Isang malakas na hampas sa ulo ang inabot ni Rico.

"Arekup! Bella, bakit ka nanghahampas ka d'yan? Nakalog ang utak ko dun, a!" angal ni Rico.

"Haaiisss! Kasi naman... husay-husayan mo 'yang tanong mo! Hanip ka rin naman... unang date pa lang — gusto mo nang maka-homerun agad itong si Vince!"

"He! He! He! Pa-epek lang 'yun! Alam ko namang good-boy itong kaibigan natin!" depensa ni Rico.

"Syempre pa!" sang-ayon ni Bella, "Hindi katulad n'yong dalawang manyakis!"

"Honey," angal ni Daniel, " bakit naman pati ako ay nadamay?"

"Honey, honey ka d'yan," b'welta ni Bella, "kung di ko pa alam ang 'record' mo! Mabuti na lang at pinalaki ako ng mga magulang ko ng tama... kung hindi... Haaay!

Naku, itigil na nga natin 'to at baka kung ano pa ang masabi ko!"

Si Vince na ang hinarap ni Bella, "O, Vince... ano nang nangyari kagabi? Excited kaming tatlo dito kung anong nangyari sa date mo. Okay ba... did you have a good time?"

"Mmmm... sort of," bitin na sagot na naman ni Vince.

"Haaiiss, Bro— and'yan ka na naman! Ano ba 'yan?" hirit ni Daniel, "You keep telling us the same response. Sige na naman... kwento ka naman d'yan. We want to know the details."

Huminga ng malalim si Vince bago sumagot, "*(Sigh!)* Well, we got on a nice start. The place was good... including the ambiance."

Hanggang doon lang ang isinagot ni Vince.

"And so... what happened?" sabay-sabay na tanong ng tatlo pagkatapos ng ilang segundo.

Natawa si Vince sa reaksyon ng tatlo. Halatang sabik na sabik at nabibitin ang mga ito sa kwento niya.

"Bro, c'mon... don't leave us in the suspense," birit ni Rico, "tell us the full details."

"Oo nga," sang-ayon ni Bella, "you're being unfair to us. We are your friends... your very sincere, loyal, understanding, supportive..."

"Ha! Ha! Ha! Tama na, tama na sa drama, Bella," nasabi ni Vince, "baka maiyak pa ako n'yan!"

Pansandaling nanahimik si Vince. Pinag-aaralan ng husto ang sasabihin.

"Actually, the dinner went along quite fine," umpisa ni Vince. "We got to know each other very well. We talk about some personal things... and kudos to Pamela... I very much enjoyed myself with her —she's one smart and nice lady..."

"Vince, you're not telling us something," wika ni Daniel, "what really happened?"

"Nakakainis kasi," kwento ni Vince, "here we are talking sweet nothings... pero every now and then, nagpa-flash sa mind ko si Vina —which ruins the moment. Try as I might na i-block ko si Vina sa isip ko... pasok ng pasok —so irritating!! Like when we first met... yung kumakain kami sa carinderia — kung paano n'ya ako inalagaan nung nagkasakit ako —Aaarrgghh! Here I go again. Nakakahiya nga kay Pam, kasi madalas niyang mapansin... my mind is somewhere else."

"*(Groan!)* Kahit naman ako..." pagsang-ayon ni Bella, —hindi naman ba nakahalata si Pamela? I mean..."

"No, no, no... hindi naman! Medyo na-cover ko naman yung mga lapses ko... with excuses like problems in the office and the likes. Pero, nakakainis talaga. Here I am, trying to charm my way to a woman's heart... at tapos —it's so infuriating!!! Hindi dapat ganito ang nangyari sa date namin..."

"Hindi bale, Vince," pakalma ni Rico, "it's just the first date. Sigurado ako, sa mga next dates n'yo, things would be better... much better!"

"Well, definitely so," sagot ni Vince. "I will make it up to Pam —and more!!!"

"The good thing is," pahabol ni Daniel, "... is that finally back in the game!"

"Oo nga," segunda ni Rico, " WATCH OUT WORLD —VINCE IS READY TO CONQUER!!!"

"Ha! Ha! Ha!"

* * * * * * * * *

Dahil may project na ipinagagawa ang kumpanya nila Pamela, nasundan pa ang gabing iyon ng marami pa. Sa panahong iyon ay hindi maikakaila ng dalawa na nalalapit ang loob niya sa isa't isa. Maging si Vince ay kumbinsidong si Pamela na ang... THE ONE!"

"Hah! Palagay ko, Hindi ko na dapat pang palampasin ang pagkakataong ito," naisip nito, *"it's right in my lap —I should not waste this golden opportunity!"*

Nagulat na lang ito nang magsalita si Pamela.

"A dollar for your thoughts, Vince?"

"Huh!? A dollar...?"

"Hi! Hi! Hi! I raised the stakes already!" pabirong sagot ni Pamela. "Lagi ka na lang kasing... parang wala sa sarili — everytime you're with me, so I said... kulang yata 'yung 'a penny for your thought! (Giggle!)"

"Uhmm... sorry, sorry, sorry! Lagi na lang nagwa-wander ang mind ko! Sorry about it! Ang dami kasing..."

Si Pamela na ang tumapos ng sasabihin ni Vince.

... trabaho sa office! Project here... project there! Uhummm... medyo na-memorize ko na yata lahat ang mga linyang 'yun!"

May bahid na nang paghihinampo ang boses ni Pamela.

"Ahhh... sorry, Pam, it's just that — Awww, here I am repeating myself again! Gosh! What can I say?"

Hinawakan ni Pamela ang mga kamay ni Vince, "To be honest, Vince... medyo I'm lost in the quandary myself."

"A-Anong ibig mong sabihin?" tanong ni Vince.

"Well... we've been going out for quite some time already... and... and... I'm just wondering... kung may patutunguhan ba ito... or are we just wasting our time?"

Kahit natutunugan na ni Vince ang gustong ipahiwatig ni Pamela ay nagkunwari pa rin ito.

"Huh? What do you mean, Pam? Your company's campaign ad is on the right track. We are collaborating well..."

"Vince, we're grown-ups na," biglang singit ni Pamela, "let's not hide under the pretense... that we are meeting solely because of the project. I'll be blunt. I like you... at ang feeling ko, you feel the same way. Pero, for reasons that I don't know... we're not progressing the way it should be. I'm just waiting for you... to admit your feeling for me. But it seems... something is holding you back... and I'm getting impatient already. Tulad ng sinabi ko... I like you, Vince... but, I can't wait forever."

Natahimik si Vince. Nagulat sa biglang pagbuhos ni Pamela ng saloobin nito. Naisip din ang sariling sit'wasyon.

"(Sigh!) Parang tama si Pam. Katulad niya, hindi naman pwedeng... sayangin ko ang panahon..."

Muling sumagi sa isipan nito si Vina.

"Aaarrgghh! Stop it!" utos nito sa sarili. *"I'm living in the past. Vina is gone... history na s'ya —hindi ko na dapat pinag-aaksayahan pa ng oras na isipin s'ya. Vina is past... AND PAM IS NOW THE PRESENT!!!"*

Nakangiting tumingin ito kay Pamela.

"It's now or never," nasabi nito sa sarili, *"for sure... Pamela will give up on me... kung hindi pa ako magtatapat ng damdamin ko sa kanya. Wala na si Vina... she's long gone at napakalaking katangahan kung pakakawalan ko pa si Pamela.*

Nagdesisyon na si Vince.

"Pam... I think I'm beginning to like you..."

47
Instant Marriage

* * * * * * * *

"Bakit ganoon... kung sino pa ang mahal mo... s'ya pa ang nawawala sa iyo."

** * * * * * *

Tuwang-tuwa si Daniel at Rico nang marinig ang k'wento ni Vince.

"So, it's official? Kayo na ni Pamela?" tanong ni Rico.

"Ummmm, well... YES! sagot ni Vince.

Hindi magkamayaw sa saya and dalawa.

"YIPEEE!! Finally —the eagle has landed!!!

"SA WAKAS... back to the good old days na ang kaibigan namin!"

"Ha! Ha! Ha!"

"I can just imagine... kung ano na ang magiging schedule mo, Vince —hectic, frenetic! Ha! Ha! Ha! You have a lot of catching up to do. Naku, h'wag mo namang pababayaan ang company natin, ha? Kawawa naman kami... we will be lost without you. *(Giggle!)* Just joking, my friend... just joking!"

"Pabayaan mo na si Vince kung ano ang gusto nito," hirit naman ni Daniel. "He definitely earned it! Enjoy yourself —kami na ang bahala and hold the fort here... hehehe for the meantime!"

Natigil ang pagsasaya ng dalawa nang mapansin nilang medyo natahimik si Vince.

"Oh, what now my friend? Ha! Ha! Ha! Worried what will happen to the company? Shucks! Bakit wala ka bang tiwala sa amin ni Rico?"

"H-Hindi naman. I have all the confidence in both of you. Kaya lang, what you're saying is right...and it can happen sooner than expected!"

Napatigil sa pagsasaya ang dalawa.

"W-What, wait, wait? What are you talking about?" tanong ni Rico.

"I might... really be leaving you, guys..."

"ANOOO?!!! Bakit... paano...?"

"American citizen kasi si Pam at 'yung buong family n'ya ay nag-migrate na sa US. Pam is soon to follow. At gusto n'ya makasal na kami before umalis s'ya... or better still, kasama na niya ako... pag-alis niya sa States."

"Bro, bakit sobrang bilis naman yata?"

"Yeah! it happened so fast. Here I am telling her how I feel... tapos, next thing I know... kasal na 'yung pinag-uusapan namin! Ha! Ha! Ha! Siguro, kasalanan ko rin kasi nagpadilly-dally ako sa panliligaw. Ayun, inabot na ako ng pag-alis ni Pam."

"O-Okay lang sa 'yo?"

Nakangiti si Vince nang sumagot pero mapapansin mo ang lungkot ng mga mata nito.

"Well, what the heck... doon din naman kami papunta, so what's the difference? Saka, diba sabi n'yo... it's about time I get hitched? So, eto na!"

Nagkatinginan si Rico at Daniel. Si Daniel ang naglakas-loob na nagsalita.

"Hindi ba masyado yatang rush? I mean, we are happy for you, of course, pero, yung bigla-bigla na lang na aalis ka, parang unnecessary..."

"Vince, were happy that you are getting married, and heck, we are all for it. But, I don't know, parang too fast for comfort. Baka naman pwedeng huwag ka na munang umalis agad? Yung pagpapalakad ng company, definitely we can handle it. Yung pagpapakasal n'yo agad, I can understand it, too. But, you leaving too soon, medyo hazy para sa akin. Hindi ba much better na, you tie up all the loose ends here before going away?" "

Medyo napag-isip-isip si Vince, "I think merong kang point doon. Okay, I'll talk to Pam para sabihin na... we hold our going abroad... for six months or even a year. Wala naman sigurong problema at papayag si Pam. Okay na ba sa inyo yun, guys?"

Masayang tumango si Daniel at Rico.

"Anyway, it's back to work again," masayang wika ni Vince. "Oo nga pala, before I forget... this coming Thursday na nga pala 'yung stag party mo, Daniel — am I right?"

Bumalik ang sigla ni Daniel nang marinig ito, "Yes — right you are! Hu! Hu! Hu! That will be the... last, last night that I will be partying — as a single, uncommitted man! Woh, poor me!!!"

Pagkasabi nito ay biglang luminga-linga ito. Natakot kasing baka dumating si Bella at marinig siya. Nakahinga ito ng maluwag nang makitang wala ito.

"Whew! Takot ko… buti na lang wala ang sweetheart ko!" nasabi nito.

"Ha! Ha! Ha!" ang tawa ng dalawa.

"Hindi pa man kayo kasal, andres ka na!" biro ni Vince.

"Hahaha! Teka, maisumbong ka nga kay Bella," banta ni Rico sabay tumakbo papalabas ng kwarto.

Mabilis namang humabol ang ninenerbiyos na si Daniel.

"Huy, Rico… tumigil ka d'yan! Bumalik ka dito!! Huuuyyyy, Riccoooo!!! BUMALIK KA DITO, HUNG HANG!!!"

Halos mahulog sa kinauupuan niya si Vince sa katatawa!

* * * * * * * * * *

Nang magpang-abot si Rico at si Daniel, biglang nagseryoso ang itsura ng dalawa.

"Rico, sa tingin mo ba… talagang all is well sa kaibigan natin?"

"Ewan ko rin, Dan. Pero, hindi ito 'yung scenario gusto ko kay Vince. I'm all na makipag-relasyon na siya.. pero, getting married this early? I never envisioned it."

"Tama ka doon. And I still think, Vince is still hurting, pero… *(Sigh!)* Ayun na nga… ewan ko if it's frustration or hopelessness —all of a sudden, he's taking the plunge!"

"Parang… lalo pa yatang napasama 'yung nangyari."

"Tsk! Tingin ko nga rin. Worried nga ako, e. Tingin ko nga kay Vince... he is not thinking right at parang mas malungkot pa s'ya ngayon!"

"Tama ka dun. Under normal circumstances, Vnce would not do something so hasty."

What can we do, Bro?"

Nagkatinginan lang ang dalawa. Parehong walang naisagot sa tanong.

* * * * * * * * * *

Nagulat sina Rico, Daniel at Bella nang pinatawag sila ni Vince sa kwarto nito ng hapon ding iyon.

"It's official, guys!" panimula ni Vince, bago pa man nakakaupo ang tatlo. "I'm leaving the company in your good hands!"

"Hah?"

"What?"

"A-Anong pinagsasasabi mo, Vince?" nalilitong tanong ni Bella. Anong 'I'm leaving the company in your hands' na pinagsasasabi mo? Liwanagin mo nga ito?"

"Ooops, sorry, sorry, Bella, you've been out of the loop —hindi mo pa nga pala alam ang tungkol dito," paliwanag ni Vince. "Mmmm... the long and short of it... I'm getting married!"

"G-Getting married —MAGPAPAKASAL KA NA?"

Nakangiting tumango-tango si Vince.

"Hah? Kanino? Ba't hindi ko alam? Saka, bakit wala naman akong nakikitang preparation? Ano 'to... parang instant coffee lang? C'mon, guys, stop pulling my leg

—h'wag n'yo nga akong paglolokohin —hindi ko gusto ito!!!"

Galit na tiningnan nito si Daniel at Rico. Inaasahang bigla na lang sasambulat ng tawa ang dalawa pero nakita niyang parehong seryoso ang itsura nito.

"For real?" naguguluhang tanong muli ni Bella, habang nagpapalit-palit ng tingin sa tatlo.

Tumango-tango si Rico at Daniel. Ngumiti naman si Vince.

"Sorry, Bella," wika ni Vince, "nakalimutan kitang sabihan tungkol dito. Biglang-bigla din kasi... nawala sa isip ko na sabihan ka."

"Kanino?"

"With Pam, of course! And in case, magtataka ka bakit walang preparation kang nakikita... it's because I'm getting married in the States. And most probably... doon na rin kami titira ni Pam. American citizen na kasi siya and so is the rest of her family."

"D-Doon ka na titira?" hindi pa ring makapaniwala si Bella.

"Ha! Ha! Ha! Don't worry. Pag settled na kami doon, I'll come back to visit you. Malay ninyo, magkaroon ng tie-up itong business natin sa abroad or much better, magkaroon ng branch doon?"

Tulala si Bella at hindi na nakapagsalita. Shock sa nangyari.

"Vince... akala ko iko-convince mo si Pam na mag-stay muna dito for at least another 6 months or even a year...?

"Mmmm... actually pumayag siya. I called her right after you guys left. Medyo hesitant nga... naramdaman ko 'yon. Then, bigla siyang tumawag ngayong lang... something came up and change of plans, daw. Kailangan na raw siyang bumalik sa States!"

"Bakit naman?"

"Kailangan na kasi ni Pam na i-renew 'yung citizenship niya. Malapit na raw itong ma-revoke."

"Hindi ba niya ito naalala before pa?"

"Sabi ni Pam, nawala daw sa isip niya, because.... uhummm dahil daw sa pagkahumaling niya sa akin! Ha! Ha! Ha! Sweet, ano?"

"P-Paano n'ya nalaman? Sabi mo, nalimutan niya... paano..."

"Dumating ang parents niya from the states!"

"WHAT?" halos sabay-sabay na nasambit ng tatlo.

"Ha! Ha! Ha! Oo... nabigla nga din daw si Pam."

Natulala ang tatlo sa bilis ng pangyayari. Si Rico ang naunang natauhan.

"K-Kailan... kailan ninyo balak umalis?"

"This coming Friday na! Much later than that... mare-revoke yung card ni Pam. Wala namang problema sa visa ko dahil updated ito, so I can go."

"Itong Friday na... itong February 15 na mismo...?"

48
Gone In A Puff

* * * * * * * *

**"Loving you is an old habit
that is very hard to break."**

* * * * * * * *

Laking gulat ng lahat ng sabihin ni Vince na aalis na siya sa darating na February 15.

"WHAT? N-Ngayong Biyernes ka na aalis?" tanong ni Daniel. "Bakit biglang-bigla naman yata?"

"Oo nga!" dagdag ni Rico, "parang kasasabi mo lang sa amin kanina —tapos, eto na... aalis ka na?"

"Oo, oo! Sorry, sorry... pero diba kasasabi ko lang na katatawag lang ni Pam. Dumating yung parents niya... at sinabihan siya na mare-revoke na yung green card status niya. So it's imperative that we leave this Friday..."

"Wow! Umuwi lang para sabihan si Pam? Sobrang rich yata nila!" sarkastikong komento ni Rico. "Hello, di ba may cellphone na, internet and the works?"

Pero hindi ito pinansin ni Vince na nagpatuloy sa pagku-kwento, ""Ha! Ha! Ha! Miss na raw nilang makita ang anak nila! Kaso, gusto nilang kasama na si Pam pag-alis nila. Nagtatampo na raw sa kanya, kaya hindi na makahindi si Pam."

"Paano 'yung trabaho ni Pam? Diba, kailangang at least 15 or 30 days notice kapag magre-resign?""

"As it turns out... contract employee lang si Pam... per project lang ang employment niya. Since tapos na halos yung product campaign nila sa atin... wala na siyang commitment —Pam is free to go."

"P-Paano na kayong dalawa?" tanong naman ni Bella.

"No problem! Nai-kwento na ni Pam ang tungkol sa relasyon at okay lang naman ako sa parent niya."

"Agad-agad... hindi ka pa nila nakikita... okay ka na sa kanila?" hindi makapaniwalang nasambit ni Daniel.

"Ha! Ha! Ha! Nakita na nila ako sa mga litratong ipinadadala sa kanila ni Pam. Super-pogi naman ako, diba —bakit sila hindi mag-aaprove? Pero seryoso, siguro dahil sa States na sila naninirahan, kaya medyo liberated na mag-isip. Bottom line... gusto na nila akong kasama pag-alis nila. Sa States na lang daw kami magpakasal ni Pam."

"Parang masyadong convenient," nasabi ni Rico sa sarili, *"pagkatapos maging girlfriend ni Vince si Pamela, biglang nagyyaya agad ito na magpakasal. Nag-resign sa pinapasukan at tapos, bigla-biglang dumating ang parents? Ngayon, nagyyaya nang pumunta agad sila sa abroad —kasama si Vince! Parang may hindi tama sa mga nangyayari..."*

Ipapaalam n'ya sana ang saloobin nang sumingit si Daniel.

"P-Paano na yung stag party ko? Ibig mong sabihin... hindi ka na pupunta?"

"Shucks, nakalimutan ko nga pala 'yung stag party mo ngayong February 14," wika ni Vince. *"(Sigh!)* I'm so sorry, guys... but I think I'll pass na lang muna!"

"P-Pero..."

"Uhmm, so really very sorry, Daniel, Bella —it can't be helped. Four in the morning ang alis namin ni Pam... it's so close to call —raincheck na muna ako. In fact, susunduin ako ni Pam ngayon dito and we're off to a (giggle!) secret hideaway. Tapos, tuloy na kami sa airport, where we will be joined by her parent. From thereon... it's off to the good old USA."

"Ganon ba..."

"Ummm... wait, wait! Baka nga pala dumaan ako dito sa office sa Huwebes... probably sa gabi. Mayroon pa nga pala akong documents na kailangang pirmahan — hindi pa kasi naii-submit ng client... late in the afternoon na raw nila mapapadala.. So, 'yun lang! When we meet again, we will already be Mr. & Mrs. Montenegro! Ha! Ha! Ha! Don't worry, Daniel... sagot ko pa rin 'yung gastos —if that's what you're worried about. Charge mo dito sa office lahat... send it to me... at ako na ang bahalang mag-reimburse."

* * * * * * * * * *

"Guys, mukhang napasama pa yung idea natin," wika ni Daniel nang magkasarilinan silang tatlo. "Iiwan na tayo ni Vince!"

"Oo nga!" sang-ayon ni Bella. "Ang gusto lang naman natin... magka-lovelife muli siya... pero, hindi ganitong aalis siya —at hindi ganitong kabilis!! Sobrang bilis ng pangyayari... hindi pa rin ako makapaniwala!"

"Sabagay, talagang sobrang bilis ng pangyayari," sang-ayon ni Daniel. "Pero, naand'yan na 'yan —wala na tayong magagawa. All we can wish... sana maging masaya si Vince."

"*(Sigh!)* 'Yun na nga ang problema —sasaya nga ba siya o... mapapahamak lang?" pasubali ni Rico.

"Hah! Anong tinutumbok mo d'yan, Rico?" nagtatakang tanong ni Bella.

"Parang hindi kasi ako komportable sa mga nangyayari. I mean, yung timing and everything."

"Anong...?"

"Look guys, hindi ba kayo nagtataka... that the moment na naging sila na ni Pamela —all of the sudden, nagyaya nang magpakasal ito at mag-abroad silang dalawa? Walang problema sa trabaho dahil... contractual lang si Pam."

"Oo nga, ano?" sang-ayon ni Daniel. "Kanina nga, habang nagku-kwento si Vince, parang may bumabagabag sa akin dun sa kwento niya... hindi ko lang maarok. Pero ngayong sinabi mo... nakuha ko rin! Parang may mali nga dun sa nangyayari..."

"B-Baka naman nagkataon lang?" pasubali ni Bella.

"Granted... pwede nating sabihin na nagkataon lang. Ang kaso mo, nung ni-request ni Vince na mag-stay muna sila dito for six months to one year —na pumayag si Pam... biglang-bigla, dumating ang parent ni Pam... "

"... para sabihin lang na mag-e-expire na ang green card nito," pagpapatuloy ni Daniel, "at kailangang makabalik na siya sa States para i-renew ito!"

"Para sa akin, masyado nang coincidence 'yun!" dagdag ni Rico.

"Oo nga, ano," nasabi naman ni Bella, "tulad nga ng sabi n'yo, p'wede naman nilang itawag, e-mail o FB! Haler —hassle yatang mag-byahe!"

"At kung na-mi-miss nila ang anak nila, ano ba naman 'yung two days na paghihintay sa pagbalik ni Pam... imbes na umuwi sila dito!" pagtatapos ni Rico.

"Bro, tama ka! Palagay ko, something fishy is going on," pahayag ni Daniel.

"Naku, dapat warningan natin si Vince. Baka scam ang ginagawa ni Pamela!"

"Wait, wait, wait!" paalala ni Rico. "Wala pa tayong proof. For all we know, legit lahat... at pure coincidence lang lahat ang nangyari. Maba-bad shot tayo for sure with Pam —imagine aakusahan natin s'ya with something na mali pala tayo... and more likely, yung friendship natin with Vince, maaapektuhan din ng husto."

"Pero... ano, hihintayin na lang ba nating mapahamak si Vince? Wala ba tayong magagawa?"

"Kailangan nating mag-investigate. At dapat magmadali tayo. Time is not on our side."

* * * * * * * * * *

"Mag-investigate? Paano? Kailangan ba nating gawin 'yun?" tanong ni Bella.

"Dapat lang! Alangan naman na basta-basta tayo susugod doon na wala naman tayong pinanghahawakang katibayan! Maliban sa mapapahiya tayo... kung mali tayo —gone for good sigurado ang relationship natin kay Pamela at Vince.

"Katibayan?" inulit ni Daniel. "P-Paano?"

"Bro, let's ask around. Bella, since ikaw ang in-charge sa HRD natin, mag-inquire ka dun sa pinapasukan ni Pam tungkol dito. Make up an excuse... kunwari, inaupdate natin ang records ng contacts natin sa mga kliyente. Importanteng hindi malaman ito ni Pam. Kung tama tayo, we will be alerting her —baka malagay sa peligro si Vince. At kung mali naman tayo... no harm is done."

Tumango-tango si Bella.

"Dan, since ikaw ang in-charge nang overseas transactions natin, mag-inquire ka sa Immigration tungkol sa status ng family ni Pam. For the same reason, maging discreet ka."

"Tamang-tama, may contact ako sa Immigration," sagot ni Daniel. "Close friend ko 'to, so we can keep it quiet."

"Pupunta naman ako sa NBI. Mayroon din akong contact doon. Ipapa-background check ko si Pamela at ang family nito."

"Sapat pa ba ang oras natin?" ninenerbiyos na naitanong ni Bella.

"Kung hindi natin ito mareresolba hanggang bukas —malamang, huli na tayo!"

Puno ng agam-agam na nagkatinginan ang tatlo. Kung totoo ang hinala nila, nakasalalay sa kamay nila ang kaligtasan ni Vince.

49
Tug Of War

"**B**ad news, guys," panimula ni Rico nang muli silang magkita-kita. "Base doon sa records sa NBI, may record of estafa, grand larceny at coercion si Pamela. So, siguradong-sigurado... may scam silang binabalak kay Vince."

"Oh, no!" hilakbot na nasambit ni Bella.

"Paanong scam ang balak nila?" tanong naman ni Daniel.

"Most likely daw, kikidnapin nila si Vince. Tapos, under torture or drugs, pipilitin nila ito na mag-sign ng waivers at power-of-attorney para ma-withdraw ang mga pera nito, sell off his properties... at kung kakayanin, nanakawan ang kumpanya. Syempre, hindi tayo magtataka, dahil ang alam natin e, happily married siya. Palalabasin nila na... naaksidente si Vince, kaya si Pamela, naturally being his wife... ang magiging designated executor niya ng lahat!"

"Bakit kailangang pang palabasin na mag a-abroad sila? P'wede na naman nilang kidnapin si Vince right there and there. Why go through all the trouble?"

Kailangan kasi na maniwala ang mga tao sa paligid ni Vince — like us, for example... that Vince is fine and well... para mag-succeed yung scam nila. 'Yung pag a-broad, pretext lang nila para hindi natin hanapin si Vince at hindi rin ma-contact..."

"Pagkatapos... anong gagawin nila kay Vince?"

Hindi nakaimik si Rico.

"God, kailangang warningan na natin si Vince! palahaw ni Bella. "Since may record si Pamela, ipahuli na natin siya agad."

"Yun ang problema... hindi ko na ma-contact si Vince. Naka-off yung cellphone niya. Pati si Pamela ay hindi ko rin ma-contact. If I remember right, ang sabi ni Vince... pupunta daw sila ni Pamela sa isang secret hideaway to spend the night together."

"Hmmp! Nagsisiguro na ito na walang makakasira ng plano nila."

"Anong bang sabi sa company niya?" tanong nio Rico.

"Tumatama lang ito sa sinabi mo. Hindi naman pala nag-wo-work si Pamela doon," paliwanag ni Bella. "According dun sa personnel nila, na-meet nung big boss nila si Pamela sa isang social function. Nagprisinta daw itong to work as a liason officer with the company... take note, ha —without pay! Bored lang daw so... gusto lang magtrabaho —just for the sake of it. Obviously, with her charm and beauty... na-smitten yung big boss at pumayag. To make the story short... she used the company as her cover to meet Vince."

"At, sabi naman ng kaibigan ko sa Immigration," singit ni Daniel, "walang record na lumabas ng bansa si Pamela o kahit ng parent niya. As a matter of fact, parehong patay na ang parent niya. So, obviously, yung mga patners niya sa scam ang pinalalabas niyang magulang niya."

"Naku, paano na ito? Anong gagawin natin?" wangis ni Bella.

"Some good news, siguro, if you can see it that way. Ayon na rin dun sa kaibigan ko…" pagpapatuloy ni Rico, "small-time scammers pa lang daw sina Pamela. Maliit na grupo lang —hindi big-time syndicate."

"Paanong naging good news 'yon?" angal ni Daniel.

"Bear with me, okay? Since small-time scammers pa lang sila… may posibility na… hindi ganoong kalawak ang network nila. Ilan-ilan lang sila, kaya medyo takot din sila i-expose ang mga sarili."

"Anong ibig mong sabihing 'takot ma-expose?'"

"Walang big syndicate na magba-bail-out sa kanila kung mahuhuli sila. Kaya nga hanggang ngayon… si Pamela pa lang ang pumi-picture. Yung supposed parent niya, lalantad lang ngayon dahil mare-reveal na ang true intentions nila at kailangang i-pwersa na si Vince."

"(Groan!) E, paano makakatulong sa atin 'yang impormasyong 'yan?"

"Kung magkakaroon tayo ng tsansa… na mailalayo si Vince sa kanila… bago pamaisagawa 'yung balak nila… magtatago at magdi-dissapear na lang ang mga ito since buking na sila… at wala na silang maga-gain whatsoever. Magtatago na lang ang mga ito. Pero…"

"Pero, ano?" tanong ni Daniel.

"(Sigh!) Pero… kung nasa kanila na si Vince… pwedeng mag-resort na sila sa violence… para ma-recoup nila yung investment nila. And probably, in the end… para walang witness, probably kill…."

Hindi na tinapos ni Rico ang sinasabi.

Hindi mapigilan ni Bella ang maiyak, samantalang nanatiling nanahimik sina Rico at Daniel.

"Guys, wala ba tayong magagawa?" sa wakas ay nasabi ni Bella. "Hindi ba natin p'wedeng i-report ito?"

"Nag-file na ako ng complaint sa NBI. Ang problema, hindi sila maka-action, dahil nawawala si Pamela. Kung mag-iisue sila ng manhunt, baka ma-alert ang grupo ni Pamela at lalong malagay sa panganib si Vince."

"Paano na?" tanong muli ni Bella.

Sandaling namayani ang katahimikan sa kanilang tatlo.

"Guys... may nakikita akong pag-asa... pero, IT WILL DEPEND ON A LOT OF LUCK!"

50
Matalino Man Daw Ang Matsing

Papalabas **ng office sina Vince at Pamela nang** salubungin sila nina Daniel, Rico at Bella.

"Guys, bakit naandito kayo?" gulat na tanong ni Vince. "Diba ngayon ang stag party mo, Dan?"

"Ahh, ahh... ano... Oo, Oo... ngayon nga yung stag party ko," pagkumpirma ni Daniel. "Dumaan lang kami dito kasi... kasi... may naiwan si Rico sa kotse n'ya. Ummm... sa kotse ko kasi kami lahat sasakay! Nat'yempo... na-t'yempo lang na nagkasalubong tayo! Hehehe!"

Ang totoo, umaga pa lang ay nag-aabang na sila sa pag-asang dadaan si Vince sa office. Naalala kasi ni Rico na mayroong kailangang pirmahang papeles si Vince sa araw na ito. Metikuloso ito pagdating sa trabaho kaya umasa sila na pupunta ito. Malapit na silang mawalan ng pag-asa ng makita nilang dumarating ang kotse ni Vin, kasama si Pamela. Lalabas na sana ng sasakayan si Daniel para salubungin ang mga ito nang pinigilan siya ni Rico.

"Huy, Rico... bakit? And'yan na sila... baka malusutan pa tayo" nagtatakang tanong nito.

"Bro, hindi mo ba napansin 'yung dalawang lalaki dun sa isang kotse? Feeling ko, kasamahan 'yon ni Pamela."

"Hah? Anong gagawin natin?" tanong ni Daniel at luminga-linga. Walang ibang tao doon at sa entrance lang mayroong guard. Kung may baril ang mga ito ay wala silang laban. Hindi nila inaasahan na magsasama si Pamela ng goons nila.

"Hindi nila tayo napapansin kasi nauna tayong dumating sa kanila. Sigurado namang babalik sina Vince dito, so relax ka lang. Pasimple tayong lumabas ng kotse at umikot sa likod. Doon natin hintayin ang pagbabalik nila Vince. Pag lumabas na sila... kunwari kararating lang natin at aksidenteng makakasalubong sila..."

"Tapos?"

"May plano akong naiisip... mamaya ko na lang ipapaliwanag," sagot ni Rico bago dahan-dahang lumabas ng sasakyan.

Tama ang hinala ni Rico. Kasabwat ni Pamela ang dalawang lalaking nakita niya. Ayaw ni Pamela na dumaan pa sa office si Vince dahil nag-aalala ito na baka mabuliyaso pa ang balak nila. Pero naging mapilit si Vince dahil kailangan nang mapirmahan ang mga papeles tungkol sa isang bagong proyekto. Ayaw ni Vince na magkaproblema ito nang dahil lang sa kanya. Walang nagawa si Pamela kung hindi pumayag. Naisip nito na magtataka si Vince kung ipipilit niya ang gusto niya at baka maghinala pa ito. Pero, para sigurado na walang makakasira sa plano nila, npasekretong pinasunod niya sa kanila ang dalawang kasamahan.

* * * * * * * * * *

"Bro, anong plano mo?" tanong ni Daniel nang nakalayo na sila.

"Dapat mailayo natin si Vince kay Pamela. Hindi siya dapat makahalata na nagsusupetsa na tayo sa kanya. Duda ko, may mga dalang baril ang mga kasamahan ni Pamela. Kung makakahalata sila, malamang gumamit na sila ng pwersa. Lugi na tayo no'n."

"Haaiisst! Hindi ba tayo pwedeng humingi ng tulong sa kaibigan mo sa NBI? Naandito na sila... pwede na nila silang hulihin!"

"*(Sigh!)* Tumawag na ako at papunta na sila. Ang problema, hindi naman agad-agad makakarating dito ang mga 'yun. Siguro, mga isang oras mahigit pa, bago sila makarating —at hindi natin kayang maghintay ng ganong katagal. Wala na sila kung magkakaganoon. Kailangang kumilos na tayo."

"P-Paano? Ikaw na rin ang nagsabing... may baril sila!"

"Kailangan nating lansihin si Pamela. Kunwari ay..." at inilatag ni Rico ang balak.

Matapos ang ilang sandali ay nalaman na nilang lahat ang binabalak na plano.

Sandaling nanahimik ang tatlo. Hinihimay sa isip ang mangyayari.

Si Daniel ang unang nagsalita, "Bro, pwede pero medyo risky. I mean, si Vince... no problem. Lilituhin lang natin ito ng kwento-kwento. Pero, si Pamela..."

"AKO NA ANG BAHALA KAY PAMELA," madiing pahayag ni Bella.

Biglang napatingin sa kanya ang dalawa.

"Hon, stay out of this! Delikado ito..."

"Bakit? Kayong dalawa ba... hindi malalagay sa panganib? Sama-sama tayo dito... para kay Vince, diba?!!"

"*(Sigh!)* Andoon na ako... na gusto mong makatulong. Pero... it's too dangerous —at saka, anong magagawa mo?"

"Dan, babae ako... so most likely... off ang guard sa akin ni Pamela. Pwede akong lumapit dito at lituhin siya... habang kayo naman ang bahala kay Vince."

Hindi nakasagot si Daniel. Si Rico naman ang nagsalita.

"Bro, palagay ko... may katwiran si Bella. Wala na tayong ibang choice —and we're running out of time..."

"Sige na, Hon! At the first sign of trouble... tatakbo na ako!'

Lumapit si Daniel kay Bella.

"Bella, paano kung may mangyaring masama? Hindi biro-biro ito... pwede kang mamatay dito..."

"Bakit, diba ikaw... pwede ring mamatay?"

"P-Pero... nag-aalala ako sa iyo. Hindi ka dapat..."

"NAG-AALALA RIN AKO SA IYO, DANIEL! Kulang na nga lang mamatay ako dito sa takot —pero ayokong iwan kayo dito! Kaya nga gusto kong makatulong. Hindi lang para kay Vince... PERO DAHIL SA IYO! Kung ayaw mo akong mawala —ganon din ako sa iyo! Hu! Hu! Hu!"

Nabagbag ang damdamin ni Daniel at niyapos si Bella.

"Sorry, sorry na!" wika nito.

"Hu! Hu! Hu! Akala mo kasi lagi... ikaw lang ang nag-aalala! Hu! Hu! Hu! AKO DIN, AKO DIN!!! Sino bang may gustong... mawala ang isa sa atin? Wala naman, diba? Kung makakatulong ako... diba mas may chance na mabuhay tayong lahat?"

"Oo na, tahan na... tahan na..."

Hinarap nito si Bella at tiningnan sa mga mata. Pagkatapos ay inilagay ang kamay nito sa dibdib niya, "Promise me you'll be safe... na hindi ka kagagawa nang something foolish," nag-aalalang wika nito. "Okay? Promise me that!"

Luluha-luhang tumango si Bella.

51
The Monkey Wrench

"**W**ell, this is a happy reunion!" nasabi ni Vince. "At least, we had a chance na magkita-kita muna before we left. Okay... so this is it... bye, bye, guys —we will be seeing you, guys! Pamela and I are going to meet her parents and then it's off to the airport!"

Palakad na sila nang humarang si Daniel.

"D-Daniel — What the hey(!?)... bakit? We're in a hurry!"

Nakita ni Rico sa gilid ng paningin niya na akmang lalapit ang dalawang lalaki pero pasimpleng pinigilan ito ni Pamela sa pagtaas ng kamay nito. Kunwari ay inayos nito ang buhok niya.

Medyo nakahinga ng maluwag si Rico.

"Whew! So far, hindi pa nagsusupetsa si Pamela na buking na namin siya!" nasabi nito sa sarili.

Kakamot-kamot na nagpaliwanag si Daniel, "Para kasing may naisip ako, Vince. Look, imagine... of all places, and of all time —nagkaroon tayo ng chance meeting today. Anong ibig sabihin nito? IT'S A SIGN, diba? Imaginin mo... parang may ipinahihiwatig na... dapat magkaroon tayo ng one last bonding time —one last, crazy time, before embarking on our new life! Baka hindi na maulit ang moment na 'to! Diba, guys?"

"OO! OO!" halos sabay na sagot ni Rico at Bella.

"Request ko sana... since, naandito na rin lang tayo... na sumama ka rin sa amin para mag-goodtime —even for the last time... for ol' times sake!!!"

"Hold it, Dan —wait... diba niliwanag ko na sa inyo... I made it clear ... na hindi ako sasama?" naiiritang sagot ni Vince. "Bukas na ang flight namin ni Pam, magsa-shopping pa kami and we have a lot of things to do!"

"K-Kaya nga... nakikiusap kami —for the very last time, na makasama ka namin. What's a few hours between friends?" patuloy na pakiusap ni Daniel, sabay humarap kay Pamela at ito ang kinausap.

"Pam, I hope... pagbibigyan mo kami, with this last wish of ours na makasama si Vince. After tomorrow, he'll be all yours and huhuhu! ...we will surely miss him. P-L-E-A-S-E!"

Kunwari ay nakikisimpatiya si Pamela, "O-Okay lang sa akin na hindi kami mag-shopping... I can do away with the shopping just to accommodate your wish guys. Really, I would... that's no big deal... lalo na para sa inyo" pambobola nito, "unfortunately... sobrang maaga ang flight namin bukas..."

Alam ni Daniel na nagkukunwari lang si Pamela, pero sinamantala niya ito at ginamit na paraan.

"Wow! You hear that, guys? Pam is willing to give way!"

Nakisakay naman si Rico at Bella at umarteng tuwang-tuwa.

"Yeheyy! Yes, the best ka talaga, Pam!!!

Tweet! Tweet! Thank you for understanding!!

Naalarma si Pamela. Hindi inaasahan na ganito ang magiging resulta ng sinabi niya.

"No, no, no," pagkaklaro ni Pamela, "ang ibig kong sabihin..."

Kunwari ay walang naririnig si Daniel at ipinagpatuloy ang sinasabi.

"Thank you, thank you, Pam! Saludo kami sa iyo! Don't you worry... promise, promise on my mother's grave... hanggang 12 lang kami ng gabi with Vince and afterwards... I solemly promise... na ihahatid namin si Vince —diretsong-diretso sa bahay nila!

Pigil-hininga si Rico. Inaabangan ang susunod na gagawin ni Pamela.

"Lord, please... make it work... make it work!" tahimik na dasal nito. *"Kailangan lang naming mailayo si Vince para mailigtas ito —PATI NA RIN KAMI!*

Hindi malaman ni Pamela ang isasagot. Sinamantala ni Bella ang pag-aalangan nito. Mabilis itong lumapit kay Pamela at kunwari ay buong pagmamahal na hinawakan ito sa dalawang kamay.

"Don't worry Pam, hindi kailangang i-cancel ang shopping mo," malambing na wika nito. "Habang nagbo-bonding sila... sasamahan kita sa pagso-shopping!"

Pagkasabi nito ay unti-unti nitong hinihila si Pamela papalayo, habang patuloy na binobola-bola ito.

" O, hala, sige... lumayas na kayo," kunwari ay pagalit pa nito kina Vince, "have your fill... habang kami naman ni Pamela ay magso-shopping to the max. We'll paint the town red. Hi! Hi! Hi! Vamos, amigos!" pagtatapos nito.

Mabilis namang hinahatak nila Daniel si Vince papunta kung saan naka-park ang sasakyan nila. Ang dalawang kasamahan ni Pamela ay litong-lito sa bilis ng pangyayari. Hindi nito malaman ang gagawin.

Medyo natauhan si Pamela at kumawala sa pagkakahawak ni Bella. Kahit medyo hinihingal pa dahil sa pag hulagpos sa pagkakahawak sa kanya ay pinilit nitong tawagin si Vince.

"Wait, Vince —wait!"

Pero, dahil kapos ang hininga, mahina lang ang nagawa niyang pagtawag. Hindi siya narinig ni Vince.

Hahabol sana siya pero medyo malayo na ang mga ito. Nilingon niya ang mga kasamahan at sinenyasan na pigilan ang grupo.

Natunugan naman ito ni Rico kaya halos higitin at itulak nila sa paglalakad ang naguguluhang Vince.

* * * * * * * * * *

Bago pa nakakilos ang mga goons ay naisakay na nina Daniel sa sasakyan si Vince. Binalak na harangan sila ng mga ito pero mabilis na naiiwas ni Daniel ang kotse. Nagtangka pang humabol ang mga ito pero hindi na nakaya dahil humarurot nang papalabas ang sasakyan!

Galit na galit si Pamela. Takang-taka pa rin ito sa nangyari.

"S!@#^*&!!TTT!!!

Saglit na napaisip ito at kinutuban. GALIT NA GALIT NA HINANAP SI BELLA.

"I'LL KILL YOU, B!^#*!!"

52

Mabilis Pa Sa Alas-K'watro

Kung gaano kabilis ang paglabas nila Daniel ay ganoon din kabilis ang pagtigil nila. Pero kahit nakahinto ay patuloy ang pag rebolusyon niya sa sasakyan. Nakahanda ito kung kinakailangang muling umarangkada.

"Guys, what's going on?" nagtatakang tanong ni Vince. Napansin nito ang biglaang pagharurot nang sasakyan nila matapos umiwas sa dalawang lalaking bigla na lang sumulpot.

Hindi sumagot si Daniel. Nakatutok ang atens'yon sa likod ng building na pinanggalingan.

"Guys, wha...!"

"Please, Vince... sandali lang," madiing sagot ni Daniel habang patuloy pa rin ang pagtutok sa likuran ng building. Nag-aalala na ito dahil hindi pa lumalabas si Bella.

"God, please... h'wag n'yo po sanang pabayaang may nangyari kay Bella!" taimtim na panalangin nito.

Ang plano lamang nila ay lilibangin at kakausapin ni Bella si Pamela. Pagkatapos ay pasimple na itong aalis papunta sa sasakyan. Pero dahil nahihirapan silang kumbinsihin si Pamela, nagdesisyon si Bella na lapitan ito at kausapin.

"Pipilitin kong mahatak si Pamela papunta sa kabilang exit," naalala ni Daniel na ibinulong sa kanya nito bago lumakad, *"kapag nagkagulo, itakbo n'yo na si Vince. D'un ako sa likod dadaan. Doon n'yo ako hintayin!"*

Pipigilan sana n'ya sana ito pero agad itong nakalayo.

Please, God... please," patuloy na pagsusumamo nito habang hinihintay ang paglabas ni Bella.

* * * * * * * * * *

Lalabas na sana si Daniel ng tumatakbong lumabas si Bella. Isang sulyap lang niya sa mukha nitong nakangiti ay sapat na para malamang ligtas ito at walang masamang nangyari. Masayang sinalubong nito ang minamahal.

"Ba't ang tagal mo? Nag-aalala na ako..."

"HI! Hi! Hi! Pasens'ya ka na... naligaw kasi ako!"

Masayang nagyakap ang dalawa.

Mula sa loob ng sasakyan ay narinig nila ang hiyaw ni Vince.

"Sheessh! Okay, okay... pwede bang mamaya na kayo magyapusan d'yan at naiinggit lang kami dito ni Rico! At p'wede... kung p'wede lang... paki eksplika lang sa akin ang nangyayari!"

Mabilis na naghiwalay ang dalawa at dali-daling pumasok sa kotse.

Maya-maya ay nakarinig sila ng sirena ng mga remerespondeng pulis.

* * * * * * * * * *

"AAARRGGHHH!" puno ng galit na nagpapalahaw si Pamela.

"S!@#^*&!!TTT!!! Naisahan kami! Naisahan kami!!!"

Napalitan ng panlulumo ang mukha nila nang marinig ang sirena ng pulis. Bago pa sila nakakilos ay nakapasok na ang mga police mobile sa loob ng parking area.

Hindi na nakatakas si Pamela at ang dalawang kasamahan nito. Maamo silang sumuko nang mapaligiran ng mga pulis.

* * * * * * * * * *

"... and that, my friend... ang muntik nang mangyari sa iyo!" pagtatapos ni Rico. Matapos nilang makita ang pagkakadakip kina Pamela, sinimulan na nilang ik'wento ang tunay na balak ng 'bride-to-be' ni Vince para sa kanya.

Matagal na hindi nakakibo si Vince matapos marinig ang lahat. Nanatili itong tahimik, may bahagyang kunot ang noo, habang nakatingin sa malayo.

Nagpalit-palitan ng tingin sina Bella, Rico at Daniel. Nag-aalala sila sa magiging epekto nito sa kaibigan.

Para medyo mabasag ang katahimikan ay nagtanong si Rico.

"Daniel, nasaan na ba tayo?"

"Huh? Wala lang... kung saan-saan lang. Andar lang ako ng andar... hanggang maubusan ng gasolina. Diba, Vince? Ha! Ha! ha... ummm..."

Ang pilit na pagpapatawa ni Daniel ay hindi pinansin ni Vince. Nanatili pa rin itong tahimik, lumilipad ang isip.

Napilitang manahimik na lang sila.

* * * * * * * * *

Hindi nagtagal ay nagsalita na rin si Vince.

"*(Sigh!)* Guys... malaki ang utang na loob ko sa inyong lahat. Sobra —sobra-sobra! K-Kung hindi dahil sa inyo... malamang na-kidnap na nila ako... at nagawa ang gustong gawin sa akin..."

"Tsk! Okay lang yun, Vince," sagot ni Daniel. "Magkakaibigan tayo —sino pa ba ang magtutulungan? Diba, tayo din? At saka, kung kami man ang nalagay sa lugar mo... sigurado kaming hindi mo rin kami pababayaan."

"Still, guys... I owe you a lot. At hindi ko ito makakalimutan. Thank you. Thank you sa pagiging kaibigan ko —I really, really appreciate it. Sana, dumating din ang araw... na masuklian ko ang tulong na ginawa ninyo sa akin."

"Wala yun, Vince... kalimutan mo na 'to! Ang mahalaga ay... okay ka... at ligtas!"

Muli na namang nanahimik si Vince. Nadagdagan ang pag-aalala sa kanya ng tatlo.

Matapos ang mahaba-habang paglalakbay, naglakas loob si Bella na magtanong.

"V-Vince?"

"Uhm?" sagot ni Vince.

"O-Okay ka lang?"

"Uhum! Oo naman..."

"Vince... alam namin... na napakasakit ng nangyari sa iyo. Ku-Kung kailangan mo ng kausap... ng mapaghihingahan ng saloobin mo... naandito lang ako —KAMI... kaming lahat! H'wag kang mahiyang kausapin kami..."

Matagal na hindi sumagot si Vince. Pagkatapos ay biglang tumawa ng tumawa na parang naloloko.

"Nakupo, patay!" nasabi ni Rico sa sarili, *"mukhang nasiraan na nang ulo ang kaibigan namin!"*

Nagkatinginan ang tatlo. Iisa ang iniisip. Hindi nakayanan ni Vince ang sakit na nadarama at tuluyang nawala na ito sa sarili.

Nahuli ni Vince ang tinginan nila. Lalo lumakas ang tawa nito.

"Nanang ko po! Mukhang nasiraan na ng ulo si Vince," nasambit ni Bella.

53
Ay, Naloko Na!

Pagkatapos tumawa ng akala mo ay naloloko, tumahimik si Vince. Nagkatinginan ang tatlo at lalong kinabahan.

"Vince, okay ka lang ba?" tanong ni Bella.

Ngumiti lang si Vince pero tatawa-tawa. Maya-maya ay nagsalita na siya.

"To be honest, guys... I'm relieved! I really don't want to get married to Pamela..."

"Hah?"

"What?"

"Anong pinagsasasabi mo, Vince?"

"Inaamin ko... I haven't really gotten over Vina," pagtatapat ni Vince. "Pinipilit ko lang ang sarili ko kay Pamela... partly because of you, guys... but mainly, dahil I hate myself... for still loving Vina."

Hindi kumibo ang tatlo. Hinintay ang mga isisiwalat ni Vince.

"Siguro... dahil na rin sa pagpipilit ko... sa denial ko... na mahal ko pa rin si Vina... kaya —ayun, na-blinded ako... napaglalangan ni Pamela."

"Ibig mong sabihin... hindi mo talaga mahal si Pamela?" tanong ni Bella.

Umiling si Vince bago sumagot, "Never..."

"Pero, bakit parang mahal na mahal...?"

"I tried... talagang pinilit ko. That is why, I was making a show —palabas ko lang 'yon... for you... and myself! Pilit kong niloloko ang sarili ko... I tried convincing myself... na napalitan ko na si Vina... na nabura ko na siya sa puso ko. Hah! Pero sinong niloko ko(?) — ang sarili ko lang! 'Yung mga actions ko towards Pamela... pagkukunwari lang 'yon. Galit na galit ako sa sarili ko na hindi ako maka-get-over kay Vina... akala ko, kapag pinakasalan ko si Pamela... mae-exorcise ko na si Vina sa utak ko."

"Kaya pala, halos lahat ng hiniling ni Pamela ay sinusunod mo!" wika ni Rico.

Tumango si Vince, "Iniisip ko kasi, kapag hindi ko sinunod ang gusto ni Pamela... ina-admit ko na I can't get over, Vina. I was constantly in denial... hanggang sa akalain kong totoo na lahat ito. Pero, deep inside me... humihingi ng saklolo ang puso ko —na itigil ko na ang kalokohan ko..."

"... na hindi mo na magawa —dahil feeling mo masasaktan mo ng husto si Pamela — just like what is happening to you," pagpapatuloy ni Bella, "... alam mo kung gaano kasakit mangyari ang iwanan ng minamahal... and you don't want that to happen. Parang paulit-ulit lang na heartaches —tama ba ako?"

Tumango si Vince, "I know something is wrong... nung minamadali ninyo akong ihiwalay kay Pamela. Hindi naman ako ganoong ka naive!"

"Pero, bakit hindi ka umalma?"

"Even though, I have this inkling — na pinipilit ninyo akong agawin kay Pamela... parang wala akong pakialam! Funny thing is... instead na kabahan ako o magalit —tuwang-tuwa pa ako noon! Bewildered ako...

kung bakit ninyo ginagawa 'yon... pero, I just didn't care —wala akong pakialam. Ang alam ko lang... hindi matutuloy ang kasal namin ni Pamela!! And for that... I was willing to go along. I felt relieved... deep inside of me, I was jumping for Jamie —pakiramdam ko... I AM FREE —nawala lahat ang bigat na dinadala ko."

"Gosh, Vince... hindi namin alam na ganoon pala ang pinagdadaanan mo! Kawawa ka naman... talagang nagdusa ka ng husto" wika ni Bella.

"Sorry, my friend, sorry!" dispensa ni Rico. "Na-blinded din kami... kapipilit sa iyo to forget Vina."

"NO, no! Wala kayong kasalanan. Let's put all of this behind us already. Whatever happened —happened already. Pasalamat tayo kay God na hindi Niya tayo pinabayaan!"

"Aba! This calls for a celebration!" hirit ni Daniel.

"Tama! Tama!"

Ha! Ha! Ha!

"Sus! Kunwari ka pa, Danny boy! Gusto mo lang ipaalala kay Vince na... dapat ay ngayon ang stag party mo —at sagot ni Vince lahat ang gastos!"

"Oo nga pala — this is supposed to be your big night! Hey, why not?" sagot ni Vince sabay tiningnan ang relos niya, "It's almost nine —pwede pa ba?"

"Pwedeng-pwede!" sagot ni Daniel. Kahit tayong apat na lang... okay na!"

"Stag party... kasama si Bella?" panutil ni Rico.

"S'yempre naman, iiwan ko ba naman ang love ko? Nevah!!!"

Mahigpit naman siyang niyakap nito mula sa likod, "Ang sweet naman ng bebe ko!"

"Huy, tigilan n'yo nga 'yan at baka tayo madisgrasya!" pagalit ni Rico. "O, sayang ang oras —quick, quick, while the night is still young... saan ang celebration natin?"

"Nasaan na ba tayo," tanong ni Bella.

"Haiist! Ewan ko rin!" sagot ni Daniel. "Drive lang kasi ako ng drive kanina... hindi ko na pinansin kung saan tayo napupunta."

Luminga-linga si Rico, pinag-aaralan ang lugar, "Ummm, teka... teka... Ahh! Nasa Ermita tayo! Yahoooo! Tamang-tama, maraming bar at club dito!"

"(Sigh!) Ano bang masamang biro ito?" nanlulumong naisip ni Vince. *"Dito pa kami napadpad sa Ermita... kung saan dating pumapasok si Vina. Sa dami-dami ng lugar na mapupuntahan... 'dito pa..."*

May nadaanang silang isang club na nakaagaw ng pansin ni Rico, "Bro, wow sa dating 'yung chick na nakita kong pumasok sa club na 'to. Wala na tayong dapat pagtalunan pa —Dito na tayo, dito na tayo!!!

Sumunod naman agad si Daniel at maya-maya pa ay nagpa-park na sila sa harapan ng nasabing club.

Napailing si Vince, hindi malaman kung matatawa o maiiyak sa sit'wasyong kinakaharap. Mismong sa club na dating pinapasukan ni Vina ang napiling lugar ni Rico.

"Ahhhh... Is this for real. Pinaglalaruan ba ako ng kapalaran? Why here —of all places?!!!"

Hindi nito mapigilang sumama ang loob sa panunutil ni destiny. Napatingin ito sa kalendaryong nakapaskel sa harapan ng club.

"February 14 nga pala ngayon. Araw ng mga puso... araw na kung saan una kong nakilala si Vina at ang simula ng masasayang ala-ala sa buhay ko. (Sigh!) Nakakalungkot... dahil ito rin ang naging simula ng kalungkutang dinaranas ko ngayon... ang araw kung kailan tuluyang nawala si Vina sa akin. (Sigh!) Destiny, wala ba man lang break? Kahit time-out muna sa heartaches? Bakit naman pinili mo pang ipaalala muli sa akin ang... napakasakit na araw na 'to?"

54
Coincidence Or Perfect Timing

Pagpasok sa club ay humiwalay si Daniel at nagpunta sa may counter para makakuha ng private cubicle. Naiwan ang grupo sa may bukana at hinintay ang pagbalik nito. Pansamantalang iginala ni Vince ang mga mata sa loob.

Hindi sinasadyang namataan nito si Jamie. May ka-table ito at napatingin din sa direksyon nila. Tila mayroon siyang nakitang palatandaan na namukhaan siya pero saglit lang at nawala rin agad. Hindi rin ito bumati sa kanya. Kakawayan sana niya ito para tawagin ang pansin pero ibinalik na nito ang atens'yon sa kausap.

"(Sigh!) Mukhang hindi na ako namumukhaan ni Jamie. Sabagay, matagal-tagal na rin nang huli kaming nagkita't nagkausap... hindi na nakapagtataka kung hindi na niya ako matandaan."

Maya-maya pa ay bumalik na si Daniel at niyaya sila sa isang cubicle doon. Kalapit nito mismo ang cubicle nila Jamie. Babatiin sana ito ni Vince pero hindi man lang ito tumingin pagdaan nila. Pakiramdam ni Vince ay parang umiwas pa ito ng tingin.

May dumating na waitress at kinuha ang mga order nila.

Habang hinihintay nila ang order ay parang nakita ni Vince na lumabas si Jamie sa loob ng cubicle nila.

Medyo madilim sa p'westo nila kaya medyo damit lang nito ang nabanaagan niya kaya hindi rin siya sigurado.

Maya-maya ay may pumuntang babae sa kabilang cubicle kung saan galing si Jamie. Pero hindi si Jamie ito dahil iba ang suot na damit. Parang may pumukaw sa isipan ni Vince. Kahit madilim, pamilyar sa kanya ang lakad ng babae. Pati ang hubog ng katawan nito at mukha ay hindi naiiba sa kanya.

Kinausap ng babae ang lalaki sa kabilang cubicle.

"Sir, sir... sorry! Hindi na kasi makaka-table sa inyo si Jamie. Sumama kasi ang pakiramdam niya. Sorry po ulit!"

Parang nakuryente si Vince nang marinig ang boses ng babae. Hindi siya pwedeng magkamali.

BOSES NI VINA!

55
My Destiny

****

**"Sometimes we have to take destiny in
our own hands or make our own destiny"**

****

Hindi alam ni Vince na namukhaan din siya ni Jamie. Nagkunwari lang hindi siya nakikilala dahil may planong nabuo sa isip nito.

Pagkaalis nito sa cubicle ay dali-daling pinuntahan nito si Vina. Pasimpleng tinawag niya ito.

"Jamie, bakit?"

"Ahh... ano, Vina. Ummm... pwede bang puntahan mo muna 'yung customer ko?" pakiusap nito, sabay nagdahilan. "Sira kasi ang t'yan ko —nakakahiya... utot ako ng utot! Paki sabi... sumama ang pakiramdam ko't umuwi na ako."

"Hah! Naku, e paano 'tong ka-table ko?"

"Ako nang bahala d'yan! Ako na muna ang ta-table sa kanya. Sige na naman, please!"

"Akala ko ba sira ang t'yan mo?"

"Uhm.. ano... k-kaya ko pa namang tiisin. Saka, ang baho-baho nung ka-table ko... baka kaya nagluko ang t'yan ko! Sige na, please... pretty please!!"

"(Sigh!) O, sige na, sige na! Saan ba nakaupo 'yung customer mo?"

"Dun... dun!" sagot ni Jamie habang itinuturo. "Dun sa cubicle na malapit sa may entrance. Thank you, Vina, thank you! Promise ko sa iyo... hindi mo pagsisisihan ito!"

Habang naglalakad ay naisip muli ni Vina ang huling sinabi ng kaibigan, *"Huh? hindi ko raw pagsisisihan? Bakit kaya niya nasabi 'yun? Sabi nga n'ya... mabaho yung customer n'ya tapos hindi ko pagsisisihan? Parang ang labo nun, a!"*

Madali naman siyang nakarating. Pagdungaw niya sa loob ng cubicle ay nakita niya ang isang medyo katandaang lalaki na nakaupo doon. Mukha naman itong matino at hindi naman mabaho sa paligid nito.

"Hmmp?" nagtatakang nasambit ni Vina, *"... sabi ni Jamie, mabaho ang customer n'ya. Hindi naman, a?"*

56
So It's You

"**S**ir, sir... sorry! Hindi na kasi makakabalik si Jamie,**"** dispensa ni Vina. "Masama kasi ang pakiramdam niya. Sorry po ulit!"

"Anooo?!!! Bakit ganon... e, sino na ngayon ang makaka-table ko?"

"Pasens'ya na talaga, Sir!"

Aangal pa sana muli ang lalake nang may biglang may humiyaw sa kabilang cubicle.

"VINA?!!"

Lumukso ang puso ni Vina nang marinig ang boses. Hindi na niya kailangang alamin pa para makilala kung sino ang nagmamay-ari nito. Kahit maraming-maraming taon pa ang lumipas, hinding-hindi niya malilimutan ang tinig na ito.

Pero nagkunwari siyang hindi narinig ang pagtawag sa kanya. Akma s'yang aalis nang hinawakan siya sa braso at pinigilan. Tumungo siya ng husto upang maitago ang mukha sabay nagpupumilit makaalpas sa mahigpit na pagkakahawak sa kanya.

"S-Sorry, Sir... may ka-table na po ako. Hindi na po ako p'wede!"

"VINA..."

"S-Sorry, Sir... nagkakamali lang po kayo!" patuloy na pagtanggi ni Vina habang nagpupumiglas.

Sa halip na pakawalan ay niyakap siya ng pagkahigpit-higpit ni Vince.

"Kay tagal-tagal kitang hinanap — naandito ka lang pala," naibulalas nito. "Pero, ngayong natagpuan na kita —hinding-hindi na kita pakakawalan pang muli!"

Kahit nag-uumapaw sa kaligayahan si Vina ay nagpumilit pa rin itong makawala.

"P-Please, Sir... bitawan..."

"Vina, mahal kita, mahal kita!" pagsusumamo ni Vince. "NAIINTINDIHAN MO BA? Mahal kita — ikaw lang ang lahat para sa akin! Kahit anong gawin mo ay hindi na kita muling pakakawalan pa!"

Napilitan si Vina na itigil na ang pagpupumiglas at sa halip ay galit na hinarap ang binata.

"Vince... itigil mo na ito! Hindi ba sinabi ko na sa 'yo noon pa... na hindi kita mahal —na hindi kita p'wedeng mahalin kahit ano pang mangyari?! Diba, diba??? Mayroon na akong kinakasama ngayon — PLEASE, UMALIS KA NA!!!"

"Hindi, Vina! Nawala ka na sa akin noon — hindi na ako muling papayag na mawala ka pa sa akin. Hindi ako naniniwala sa mga sinasabi mo! Alam kong nagsisinungaling ka lang. Alam ko... nararamdaman ko... na mahal mo rin ako! Diba, Vina... diba? Please, Vina... please... h'wag na nating pahirapan pa ang isa't isa. Bigyan naman natin ng pagkakataon ang pagmamahalan natin."

"Vince... hindi — mali ito! Hindi ako bagay sa iyo. H'wag mong sayangin ang buhay mo sa akin. Please, please... itigil mo na ito...!"

Halos lahat ng tao sa club ay napahinto dahil sa nangyayaring kaganapan. Bawa't isa ay nananabik malaman ang magiging katapusan nito.

"Hindi, Vina! Ako ang nagkamali! Sorry, sorry, sorry at naduwag ako noon... natakot. Pero, ngayon... gusto kong malaman mo — at ng buong mundo — na ikaw ang mahal ko... na ipinagmamalaki kong IKAW ANG TANGING MAHAL KO! Hindi ko kayang mabuhay kung wala ka! Please, Vina... PLEASE... h'wag mo na akong iiwan. Mahal na mahal kita... PLEASE!!!"

Tuluyan ng nadurog ang puso ni Vina pero pinilit pa rin nitong siraan ng loob ng binata.

"H-Hindi ako bagay sa iyo, Vince. Nadadala ka lang ng damdamin mo. Vince... tingnan mo — GRO ako... pagtatawanan ka lang ng mga kaibigan mo't kakilala kung..."

Kahit nagulat sina Daniel, Rico at Bella, mabilis naman nilang nakuha ang sit'wasyon. Hindi na rin sila napigilang magsalita.

"Naku, Vina... modern-age na ngayon," wika ni Daniel, "hindi mo na dapat pinag-iintindi ang mga sinasabi nang mga tao. Pake ba nila sino ang gusto mo at mahal mo? Ang mahalaga —MASAYA KA!!"

"Correct!" sang-ayon ni Rico. "Yung nakaraan ay nakaraan na. Mahal ninyo ang isa't isa —bakit n'yo pinahihirapan ang mga sarili n'yo. Kung mahal mo siya... at mahal ka n'ya — tapos na, finish na — 'yun ang importante doon!"

"Take it from me, sistah!" hirit naman ni Bella. "Panahon pa ng dark age 'yang nagpapaapekto ka sa sinasabi nang mga tao. Taboo na 'yan —h'wag kang martir! Kung ang mga LGBT nga, wala na wiz pakialam sa mga kumukunot ang kilay sa kanila —kayo pa?!! Sa panahong ngayon... kapag mahal mo ang isang tao —GO LANG!! Basta wala ka namang pineperwisyo — pakialam ba nila sa inyo... e, kayo naman ang magsasama! Live and let live, ika nga — walang pakialaman!!!

Natigilan si Vina. Naguluhan ng makita ang tatlo.

"Ooopss! Sorry, sorry! Hi! Hi! Hi! Singit nga naman kami ng singit —hindi mo pa nga pala kami kilala! Ako nga pala si Bella... at ang dalawang mokong na ito ay si Daniel at Rico. Mga business partners kami ni Vince. Siguro, itong dalawang mokong na ito, baka namumukhaan mo —kasi mga dating kasamahan ni Vince du'n sa dati niyang pinapasukan."

Kahit naguguluhan ay namukhaan ni Vina ang dalawa. Tumango ito.

"Pasens'ya ka na... sa pakikialam namin. E, kasi naman po... nakakaawa na 'yang si Vince! Simula nang mawala ka —kulang na lang na maging ermitanyo sa ginagawa sa sarili n'ya! Kung hindi pa dahil sa amin ay baka hindi na 'yan nakikisalimuha dito sa mundong ibabaw. Aba, kawawa naman 'yan kapag napasok sa mental hospital... dahil na rin sa kahunghangan n'ya!!!

Si Daniel naman ang nagsalita, "Alam mo bang... dahil sa frustration niya sa iyo... muntik nang magpakasal 'yan at mapahamak?"

Napatingin si Vina kay Vince na tumango-tango.

Nagpakita na rin si Jamie na kanina pa nagtatago sa likuran, "P-Pasens'ya ka na Vina. Kasi naman, nakakaawa na kayong dalawa. Pareho naman n'yong mahal ang isa't isa —bakit pinahihirapan n'yo pa ang inyong mga sarili! Pasens'ya na rin, Vince at nagsinungaling ako sa iyo nang sabihin kong hindi na dito pumapasok si Vina. Pati 'yung guard noon... kinutsamba namin. Ito kasi ang gusto ni Vina... para hindi ka na bumalik dito."

Nagliwanag ang lahat kay Vince, "At kung hanapin ko man siya... hindi ko talaga siya makikita kahit anong gawin kong galugad —dahil naandito lang siya!"

Tumango-tango si Jamie, " Sobrang naawa ako sa iyo noong nagkausap tayo. N-Ngayon ngang nakita kita muli... nakonsensiya na ako. Sabi ko sa sarili ko... ang shunga-shunga ko na... kapag hindi pa ako gumawa ng paraan... para magkita kayo. Uhmmm, tutal nagkakaalaman na rin lang... ipagtatapat ko na ring... walang kinakasama 'yan si Vina. Palabas din naming dalawa 'yun. Hi! Hi! Hi! Kapatid ko yung kalbong mama... na kunwaring sumusundo sa kanya!"

"Salamat, Jamie... salamat! Ngayon, mas maliwanag na sa akin ang lahat."

Muling hinarap ni Vince si Vina.

"Vina... gusto kong maging saksi silang lahat kung gaano kita kamahal. GRO ka? WALA AKONG PAKIALAM!!! Ang alam ko, mahal kita... maging sino ka man. IKAW ANG MAHAL KO —wala nang iba! Wala rin akong pakialam sa sasabihin ng mga tao. Problema nila 'yon! Ang importante dito ay mahal mo rin ako. Diba, Vina... diba, mahal mo rin ako?"

Nanatiling tahimik si Vina. Nakatingin lang ito kay Vince habang nangingilid ang luha sa mga mata.

"Sige na, Vina," wika ni Jamie, "panahon na para lumigaya naman kayong dalawa. H'wag ka nang matakot!"

"Oo nga," dagdag ni Bella, "take a chance! Kung anuman ang mangyari —ipaglaban n'yo ang pagmamahal ninyo sa isa't isa."

"Please, Vina... please," pakiusap naman ni Daniel, "h'wag mo nang pahirapan ang sarili ninyo. Matagal nang panahon ang ipinagtiis ninyo. Panahon na... para kayo naman ang lumigaya!"

"Please, Vina... please!" pakiusap din ni Rico.

"Vina, naaalala mo ba ang petsa ngayon? February 14 —Valentine' day!" wika ni Vince. "Ang araw kung saan nagkunwa-kunwarian tayong mag-boyfriend at mag-girlfriend. Valentine din ngayon. Pero, ngayong araw na ito —ayoko na nang biru-biruan... ayoko nang magkunwa-kunwarian. Ang gusto ko —totohanin na natin ito. Mahal kita, Vina — MAHAL NA MAHAL! Ngayon at magpakailan pa man!"

Nadala na rin ng emosyon ang lahat ng mga taong nakapalibot doon.

"Sige na, go for it!"

"Sige na, sige na!"

"Please, please!"

Tuluyan ng bumuhos ang luha ni Vina. Yumakap at isinubsob ang ulo sa dibdib ni Vince at tumango-tango.

"(Sniff!) Alam ng D'yos kung gaano kita kamahal! Matagal akong nagtiis... matagal kong pinilit na itago ang nararamdaman ko sa iyo. A-Akala ko, akala ko — 'yun ang tama... pero mali pala ako. Ngayong nakita kita... ngayong kasama kitang muli —ngayon ko napagtanto... kung gaano ka kahalaga sa akin! Ayoko nang mawalay pa muli sa iyo! Hu! Hu! Hu!"

Pagkarinig nito ay sumabog ang masigabong palakpakan sa paligid.

"Yeheeyyy!!! Yipeee!!"

"Whoooo! Nice, nice, nice!

Tweeet! Tweeet!

"Nakakainggit! Naku, papakasal na rin ako!!!"

Nahihiyang tumingin si Vina kay Vince.

"O-Okay lang sa iyo... kahit GRO ako?" tanong nito

"Kahit ano ka pa man, Vina — wala akong pakialam! At simula sa araw na ito — tapos na ang malulungkot na parte ng buhay mo. Promise, paliligayahin kita at hinding-hindi iiwan!"

Kahit umiiyak, nakuha pa rin ni Vina ang magbiro.

"Paano na 'tong trabaho ko?"

"Kaya mo ba akong sustentuhan?"

"Ayoko ng maliit na bahay!"

"Maluho ako!"

"Gusto ko ng IPhone."

"Hahahahaha!" natatawang sagot ni Vince sabay yakap ng mahigpit kay Vina.

* * * * THE END * * * *

Meron Pang Dagdag

"Nakakainggit naman sila," nasabi ni Jamie. "Sana, ako rin... makakuha ng pareho ni Vince.

Nagulat ito nang biglang may umakbay sa kanya.

"Look no further, my pretty lady... naandito na ako!"

Tiningnan ni Jamie kung sino ang umakbay sa kanya. Si Rico ito at nakangiti sa kanya.

"Seryoso?" tanong nito.

"Why not, coconut? pabirong sagot nito. At nagtawanan silang dalawa habang lumalakad papalayo.

* * * * * * * * *

Papaano 'yan... hindi ka nakapag-stag party," tanong ni Bella, "malungkot ka ba?"

"Sus, okay lang, honey," sagot ni Daniel, "basta siguraduhin mo lang... kapag kasal na tayo — mae-excite ako sa iyo, gabi-gabi!"

"Hi! Hi!! Promise! Teka, nasaan na ba si Jamie? D'yan ka lang sandali, honey... at magpapaturo lang ako sa kanya... nang iba't ibang style!"

"Ha! Ha! Ha!"

* * * * * * * * *

"Ibig mong sabihin, Vince... muntik ka nang magpakasal? tanong ni Vina.

"Hah! A, e... ano... kasi... ahh, ahh —mahabang istorya, e...!"

"Ahhh, ganon! Akala ko ba, hihintayin mo ako... at ipaglalaban mo ang pag-ibig mo sa akin?"

"K-Kasi naman... nawala ka na lang bigla," dahilan ni Vince.

"Ganon?!! Ibig mo palang sabihin, kapag nawala ang isang tao —papalitan na agad ito?"

"H-Hindi naman. Ano... akala ko kasi..."

"Hmmmp! Maraming namamatay sa AKALA!"

"*(Sigh!)* Vina, naman..."

"AT MAG-A-ABROAD KA PA PALA!!!"

"Ngiii!"

"O, bakit hindi ka makasagot? Guilty ka, ano?!"

"Ngek! Hindi, a... hindi!"

"Naku, sige, sige... ituloy mo na yang pag-a-abroad mo. Dun ka pala masaya! Balikan mo na lang ako dito... kapag may bahay ka na sa Forbes Park... okay?! Babooo...!"

"Vina, naman... hintay, huy... hintay!!!

"Ang dami-dami mong pangako — hindi mo naman natutupad. Hinahanap ka ni Aling Marina — hindi ka pa raw nagbabayad ng utang mo!"

"A-Anong utang? Hindi mo ba binayaran 'yung kinain natin nung huli tayong kumain doon? Huy, Vina... saan ka pupunta? HINTAY! HUY, HINTAY!!"

"Hi! Hi! Hi! Hi!"

* * * * TALAGANG TAPOS NA PO* * * *

This book is brought to you by:

Making things fit magically!